നമ്മുടെ പ്രപഞ്ചം

സൗരയൂഥം, ആകാശഗംഗ, നക്ഷത്രങ്ങൾ

Nammude Prapancham
Sourayutham, Akasaganga, Nakshatrangal

Dr. N Shaji

CHINTHA PUBLISHERS
Thiruvananthapuram

First Edition
April 2007

Sixth Edition
December 2018

Second Impression
April 2021

Seventh Edition
February 2022

Published & Typesetting
Chintha Publishers, Thiruvananthapuram

Printed at
Time offset Printers, Thiruvananthapuram

Cover Design
Anil Vega

ISBN - 978-93-85045-80-6

CR - VV-1 / 3121 / 5889

₹ 140

Email: chinthapublishers@gmail.com
Website: www.chinthapublishers.com

Distribution
DESHABHIMANI BOOKHOUSE
H O Thiruvananthapuram 695035

Branch
Head Office Kunnukuzhi • Statue Thiruvananthapuram • KSRTC Bus Station Thiruvananthapuram
KSRTC Bus Station Alappuzha • KSRTC Bus Station Ernakulam • Machingal Lane Thrissur • IG Road Kozhikode •
Mavoor Road Kozhikode • NGO Union Building Kannur • Central Bus Terminal Complex Thavakkara Kannur

നമ്മുടെ പ്രപഞ്ചം

സൗരയൂഥം, ആകാശഗംഗ, നക്ഷത്രങ്ങൾ

ഡോ. എൻ ഷാജി

ചിന്ത പബ്ലിഷേഴ്സ്
തിരുവനന്തപുരം-695 035
വില: ₹ 140

ഡോ. എൻ ഷാജി

എറണാകുളം ജില്ലയിൽ പെരുമ്പാവൂരിനടുത്ത് കൊമ്പനാട് ഗ്രാമത്തിൽ 1961-ൽ ജനിച്ചു. പിതാവ്: അനിരുദ്ധൻ, മാതാവ്: സരോജിനി.

കൊമ്പനാട് ഗവൺമെന്റ് യു പി സ്കൂൾ, വേങ്ങൂർ മാർകൗമാ ഹൈസ്കൂൾ, മാല്യങ്കര എസ് എൻ എം കോളേജ് എന്നിവിടങ്ങളിൽ വിദ്യാഭ്യാസം. കൊച്ചി സർവകലാശാലയിൽനിന്ന് 1984-ൽ ഭൗതികശാസ്ത്രത്തിൽ മാസ്റ്റർബിരുദം നേടി. തുടർന്ന് ചെന്നൈയിലെ പ്രശസ്തമായ ഇൻസ്റ്റിറ്റ്യൂട്ട് ഓഫ് മാത്തമാറ്റിക്കൽ സയൻസിൽ ക്വാണ്ടം ഫീൽഡ് തിയറിയിലും കണികാഭൗതികത്തിലും ഗവേഷണം നടത്തി ഡോക്ടറേറ്റു നേടി. 1990 - 93 കാലഘട്ടത്തിൽ തിരുവനന്തപുരത്ത് സി-ഡിറ്റിൽ റിസർച്ച് അസോസിയേറ്റ് ആയിരുന്നു. പിന്നീട് കുറച്ചുകാലം ബാംഗ്ലൂരിൽ വിശ്വേശ്വരയ്യ മ്യൂസിയത്തിൽ ക്യുറേറ്ററായി ജോലി ചെയ്തു. 1994 മുതൽ കേരള സർക്കാരിന്റെ കോളേജു വിദ്യാഭ്യാസ വകുപ്പിൽ ഫിസിക്സ് അധ്യാപകനായി ജോലി ചെയ്യുന്നു. ഇപ്പോൾ പെരുമ്പാവൂർ പോളിടെക്നിക് കോളേജിൽ അസോസിയേറ്റ് പ്രൊഫസറാണ്.

തമിഴ്നാട് സയൻസ് ഫോറം, കേരള ശാസ്ത്രസാഹിത്യ പരിഷത്ത് തുടങ്ങിയ സംഘടനകളുടെ സജീവപ്രവർത്തകനായിരുന്നു. *ശാസ്ത്രകേരളം, ശാസ്ത്രഗതി* എന്നീ മാസികകളുടെ പത്രാധിപസമിതി അംഗമായിരുന്നു. ശാസ്ത്രസംബന്ധിയായ നിരവധി കുറിപ്പുകളും ലേഖനങ്ങളും പ്രസിദ്ധീകരിച്ചിട്ടുണ്ട്. പ്രധാനകൃതി: *ആൽബർട്ട് ഐൻസ്റ്റൈൻ ഒരു ജീവചരിത്രരേഖ, മാഡം ക്യൂറി -ജീവചരിത്രരേഖ*

ഭാര്യ : രശ്മി

മക്കൾ : ശ്രീറാം, രാഹുൽ

വിലാസം : ഞാറ്റുംപറമ്പിൽ
37 / 1991 എ, ഭട്ടതിരിപ്പാട് റോഡ്
ഇളംകുളം, കൊച്ചി - 682017

ഉള്ളടക്കം

*"എനിക്ക് ഉൾക്കൊള്ളാൻ കഴിയാത്ത ഒരു കാര്യം
ഈ പ്രകൃതിയെ നമുക്ക് ഉൾക്കൊള്ളാൻ
കഴിയുന്നുവെന്നതാണ്"*

ആൽബെർട്ട് ഐൻസ്റ്റൈൻ

പ്രസാധകക്കുറിപ്പ്

അറിവ് ഏറെ തെറ്റിദ്ധരിക്കപ്പെടുന്നതുപോലെ കേവലം വിവരങ്ങളല്ല. തന്റെ ചുറ്റുപാടുകളോട് ഏറ്റുമുട്ടാനും ചുറ്റുപാടുകളെയും അവനവനെത്തന്നെയും മാറ്റിമറിക്കാനുമുള്ള ആയുധമാണ്. അറിവ് വിലകൂടിയതും വിനിമയമൂല്യമേറിയതുമായ ഒരു ഉൽപ്പന്നമായി മാറിയിരിക്കുന്നു. സാധാരണക്കാർക്ക് അപ്രാപ്യമായ രീതിയിൽ അത് കുത്തകയാക്കപ്പെടുന്നു. ഈയൊരു പ്രശ്നപരിസരത്തിൽനിന്നാണ് ചിന്ത പബ്ലിഷേഴ്സിന്റെ വൈജ്ഞാനികപുസ്തകങ്ങളുടെ പരമ്പരയ്ക്ക് പ്രസക്തി കൈവരുന്നത്. പരിധിയില്ലാത്ത അറിവുകളാണ് വിജ്ഞാനവർഷം എന്ന പദ്ധതിയിലൂടെ വിദ്യാർത്ഥികൾക്കും പൊതു വായനാസമൂഹത്തിനുമായി ഞങ്ങൾ സമർപ്പിക്കുന്നത്.

ചുറ്റുപാടുകളോട്, അതിന്റെ സങ്കീർണതകളോട്, സംവദിക്കാനും പ്രതികരിക്കാനും അറിവിനെ തിരിച്ചറിവായി പരിവർത്തിപ്പിക്കാനും ഏറെ സഹായകമായിരിക്കും വിജ്ഞാനവർഷം പദ്ധതിയിലെ പുസ്തകങ്ങൾ. അതിന്റെ ആദ്യതെളിവാണ് ഡോ. എൻ ഷാജി എഴുതിയ *നമ്മുടെ പ്രപഞ്ചം* എന്ന ഈ കൃതി. ഉന്നതവിദ്യാഭ്യാസവകുപ്പിലെ ഭൗതികശാസ്ത്ര അധ്യാപകനായ ഡോ. എൻ ഷാജി വിജ്ഞാനവർഷം പുസ്തകപദ്ധതിയുമായി സഹകരിച്ച് ഈ പുസ്തകരചന നടത്തിയതിൽ ഞങ്ങൾക്ക് നിസ്സീമമായ നന്ദിയുണ്ട്.

ജ്യോതിശാസ്ത്രത്തിന്റെ ആദ്യചുവടുകൾ മുതൽ സൗരയൂഥം, നക്ഷത്രങ്ങൾ, ദൂരദർശിനികൾ, തമോഗർത്തങ്ങൾ, പ്രപഞ്ചാന്വേഷണത്തിലെ കണ്ടുപിടുത്തങ്ങൾ തുടങ്ങി നിരവധി കാര്യങ്ങളെക്കുറിച്ചുള്ള ലളിതപഠനങ്ങളും വിശദീകരണങ്ങളുമാണ് ഈ പുസ്തകത്തിൽ.

ഈ ഗ്രന്ഥത്തിന്റെ ഏഴാം പതിപ്പ് ഞങ്ങൾ പ്രസിദ്ധീകരിക്കുകയാണ്.

ചിന്ത പബ്ലിഷേഴ്സ്

1

ജ്യോതിശ്ശാസ്ത്രം ആദ്യചുവടുകൾ

പ്രപഞ്ചത്തിൽ ചിന്തിക്കാൻ കഴിവുള്ള ജീവികൾ ഉള്ളിടത്തെല്ലാം അതിന്റെ സത്തയെക്കുറിച്ചുള്ള അന്വേഷണം നടക്കുന്നുണ്ടാവണം. സൗരയൂഥത്തിന്റെ കാര്യമെടുത്താൽ, ഭൂമിയിൽ മനുഷ്യൻ പിറവിയെടുത്ത കാലം മുതൽക്കു തന്നെ മാറിമാറി വരുന്ന രാത്രിയും പകലും, കാറ്റും മഴയും ഇടിമിന്നലും എല്ലാം മനസ്സിലാക്കാൻ ശ്രമം നടന്നിട്ടുണ്ടാകണം. മനുഷ്യ സമൂഹങ്ങൾ പടുത്തുയർത്തിയ സംസ്കാരങ്ങളുടെ ശേഷിപ്പുകളിൽനിന്ന് ഇതിനുള്ള തെളിവുകൾ കിട്ടിയിട്ടുണ്ട്. സൂര്യനെയും ചന്ദ്രനെയും ഗ്രഹങ്ങളെയുമൊക്കെ ആരാധിക്കുന്ന സമ്പ്രദായങ്ങളും പല സംസ്കാരങ്ങളിലും നിലനിന്നിരുന്നു. അവയിൽ കുറേയൊക്കെ ഇന്നും നിലനിൽക്കുന്നു.

പണ്ട്, പൊതുവേ അംഗീകരിക്കപ്പെട്ടിരുന്ന പ്രപഞ്ചത്തിന്റെ ചിത്രം ഇപ്രകാരമാണ്. *ഭൂമിയാണ് പ്രപഞ്ചകേന്ദ്രം. സൂര്യചന്ദ്രന്മാരും ബുധൻ, ശുക്രൻ, ചൊവ്വ ഇത്യാദി ഗ്രഹങ്ങളും ഭൂമിയെ ചുറ്റുന്നു. നക്ഷത്രങ്ങളാകട്ടെ ഈ ഗ്രഹങ്ങൾക്കുമപ്പുറത്ത് ഒരു ആകാശഗോളത്തിൽ ഉറപ്പിച്ചുവച്ചിട്ടുള്ള ദീപങ്ങൾ പോലെയാണ്. എന്നിട്ട് ആ ആകാശഗോളം കിഴക്കുനിന്ന് പടിഞ്ഞാറോട്ട് തിരിയുന്നു.*

ചൈനക്കാർ പണ്ടുകാലത്ത് വാനനിരീക്ഷണത്തിന് ഉപയോഗിച്ചിരുന്ന ഉപകരണം (armillary sphere)

ഈ പ്രപഞ്ചചിത്രത്തിന് ചില

നല്ല വശങ്ങൾ ഉണ്ട്. ഒന്നാമതായി ഇത് ലളിതമായ ഒരു ചിത്രമാണ്. ഉദയാസ്തമയങ്ങൾ, ചന്ദ്രന്റെ വൃദ്ധിക്ഷയങ്ങൾ, ഗ്രഹണങ്ങൾ തുടങ്ങിയവയെല്ലാം യുക്തിഭദ്രമായി വിശദീകരിക്കാൻ ഈ ചിത്രം സഹായകമായി. *സൂര്യൻ കിഴക്ക് ഉദിച്ചുയരുമ്പോൾ പകലായി; പടിഞ്ഞാറ് അസ്തമിക്കുമ്പോൾ രാവായി. സൂര്യൻ ഭൂമിയെ ചുറ്റിവരാൻ വേണ്ട സമയം ഒരു ദിവസം.* ചന്ദ്രന്റെ ചലനം കണക്കാക്കിയാൽ ഇതുപോലെ മാസവും നിർവചിക്കാം. *ഭൂമിക്കുചുറ്റുമുള്ള ചലനത്തിനിടയിൽ ആകാശത്തിൽ ചന്ദ്രൻ സൂര്യനോടടുത്താകുന്ന സമയം അമാവാസി. ചന്ദ്രൻ സൂര്യന് എതിരെ വരുന്ന ദിവസം പൗർണ്ണമി.* ചന്ദ്രന്റെ വൃദ്ധിക്ഷയങ്ങൾ വിശദീകരിക്കാനും ഇപ്രകാരത്തിൽ എളുപ്പമാണ്. ചന്ദ്രന്റെ പകുതിഭാഗത്ത് സൂര്യപ്രകാശം പതിച്ചുകൊണ്ടേ ഇരിക്കും. ഈ പാതി നമുക്ക് ദൃശ്യമല്ലാതെ വരുന്ന ദിവസം അമാവാസി. അതിനുശേഷം ഓരോ ദിവസവും കഴിയുന്നതനുസരിച്ച് ചന്ദ്രന്റെ ശോഭിതമായ ഭാഗം മെല്ലെമെല്ലെ നമ്മുടെ കൺമുന്നിൽ തെളിഞ്ഞു വരും. ഏതാണ്ട് 15 ദിവസം കൊണ്ട് ചന്ദ്രൻ സൂര്യനിൽനിന്ന് 180 ഡിഗ്രി അകലെ ആകുന്നതോടെ പൗർണ്ണമിയായി. അതിനുശേഷം ചന്ദ്രബിംബം ക്ഷയിക്കാൻ തുടങ്ങും. *ആകാശത്ത് ചന്ദ്രൻ സൂര്യനെ കടന്നുപോകുന്നത് നേരെ മുന്നിലൂടെയാകുമ്പോൾ അത് സൂര്യഗ്രഹണത്തിന് കാരണമാകുന്നു.* ഇത് വല്ലപ്പോഴുമേ സംഭവിക്കൂ. മിക്കപ്പോഴും ചന്ദ്രൻ സൂര്യബിംബത്തിന്റെ തൊട്ടു വടക്കുഭാഗത്തുകൂടിയോ തെക്കുഭാഗത്തുകൂടിയോ ആണ് കടന്നുപോകുക. അമാവാസി ദിവസങ്ങളിലെല്ലാം സൂര്യഗ്രഹണം സംഭവിക്കാത്തത് ഇതുകൊണ്ടാണ്.

ഋതുഭേദങ്ങൾ വിശദീകരിക്കാനും പണ്ടുകാലത്ത് ശ്രമം നടന്നിരുന്നു. *മകരസംക്രമം മുതൽ കർക്കടകസംക്രമം വരെയുള്ള കാലത്ത് വടക്കോട്ടും തുടർന്ന് മകരസംക്രമം വരെ തെക്കോട്ടുമായി സൂര്യന്റെ സഞ്ചാരപഥത്തിൽ മാറ്റം വരുന്ന*തായി കരുതപ്പെട്ടു. ഇതിനെയാണ് ഉത്തരായനവും ദക്ഷിണായനവുമായി അന്നത്തെ ആളുകൾ വിശദീകരിച്ചത്. *കിഴക്കുനിന്നു പടിഞ്ഞാറോട്ടുള്ള ചലന*ത്തിനു പുറമേ സൂര്യന് കുറച്ചു തെക്കോട്ടും വടക്കോട്ടും ആയി സംഭവിക്കുന്ന ഉത്തരായനവും ദക്ഷിണായനവും അടിസ്ഥാനമാക്കിയാണ് ഇത് വിശദീകരിച്ചത്.

കാര്യങ്ങൾ ഇങ്ങനെയൊക്കെ ഇരിക്കെത്തന്നെ ചിലരെങ്കിലും ഈ പ്രപഞ്ചചിത്രത്തെ ചോദ്യം ചെയ്തിരുന്നു. ബുധൻ, ശുക്രൻ എന്നീ ഗ്രഹങ്ങളുടെ കാര്യം എടുക്കുകയാണെങ്കിൽ അവ എല്ലായ്പ്പോഴും സൂര്യനിൽനിന്ന് അധികം അകലെയല്ലാതെ സ്ഥിതിചെയ്യുന്നതായി മനസ്സിലാക്കാം. ഭൂമിയെ പ്രപഞ്ചകേന്ദ്രമാക്കി എടുത്താൽ ഇത് നേരെ ചൊവ്വേ വിശദീകരിക്കാൻ കഴിയില്ല. ഭൂമിയിൽനിന്നു നോക്കുമ്പോൾ നക്ഷത്രങ്ങളുടെ പശ്ചാത്തലത്തിൽ ഗ്രഹങ്ങൾ പൊതുവേ പടിഞ്ഞാറുനിന്ന് കിഴക്കോട്ടു നീങ്ങുന്നതായി തോന്നും. എന്നാൽ ഇടയ്ക്കിടെ ചില ഗ്രഹങ്ങൾ പൊതുരീതിയിൽനിന്നും വ്യത്യസ്തമായി എതിർദിശയിൽ നീങ്ങുന്നതു കാണാം.

ഇറാത്തോസ്തനിസ് (276 ബി സി - 194 ബി സി) ഭൂമിയുടെ വലിപ്പം അളന്ന പൗരാണിക ഗ്രീക്ക് വിജ്ഞാനി.

ഇതു വിശദീകരിക്കുക എളുപ്പമല്ല. ഭൂമി സ്വയം തിരിയുന്നുവെന്ന ആശയം മുന്നോട്ടുവച്ച ജ്യോതിശ്ശാസ്ത്രജ്ഞരിൽ പ്രധാനിയായ ഒരാളായിരുന്നു ഇന്ത്യക്കാരനായ ആര്യഭടൻ. എന്നാൽ പൊതുധാരണയ്ക്കു വിരുദ്ധമായ ഈ വിപ്ലവാശയം അരക്കിട്ടുറപ്പിക്കാൻ വേണ്ട നിരീക്ഷണങ്ങളുടെയും വാദങ്ങളുടെയും അപര്യാപ്തതയാൽ ആര്യഭടന്റെ ശിഷ്യർ പോലും ഇതു ഗൗരവമായെടുത്തില്ല.

ഭൂമിക്കു ഗോളാകൃതിയാണെന്നും അതിനു വളരെ വലിപ്പമുണ്ടെന്നും പൗരാണിക ശാസ്ത്രജ്ഞർക്കറിയാമായിരുന്നു. ഭൂമിയുടെ വ്യാസം കണക്കാക്കിയവരിൽ പ്രമുഖനായിരുന്നു ഗ്രീക്കുകാരനായ ഇറാത്തോസ്തനിസ്. ഭൂമിയിൽ രണ്ടിടത്തായി പതിയുന്ന നിഴലുകളെ അളന്നാണ് ഭൂമിയുടെ വ്യാസം കണക്കാക്കിയത്. ഇറാത്തോസ്തനിസ് സ്റ്റേഡിയ എന്ന യൂണിറ്റിലാണ് ഇതിന്റെ മൂല്യം നൽകിയത്. സ്റ്റേഡിയ എന്നത് ദൂരത്തിന്റെ ആധുനിക യൂണിറ്റുകളുമായി താരതമ്യം ചെയ്യാൻ നമുക്കു പറ്റാത്തതുകൊണ്ട് പണ്ടത്തെ കണക്കിലെ കൃത്യത നമുക്ക് അറിയില്ല. ഭൂമിയുടെ വലിപ്പം സൂചിപ്പിക്കാൻ ആര്യഭടൻ ഉപയോഗിച്ച യോജന എന്ന യൂണിറ്റിന്റെ കാര്യത്തിലുമുണ്ട് ഇതേ പ്രശ്നം. ജ്യോതിശാസ്ത്രത്തിന്റെ ചരിത്രം പഠിക്കുന്നവർക്ക് ഇത്തരം രസകരമായ പല പ്രശ്നങ്ങളും അഭിമുഖീകരിക്കേണ്ടതായുണ്ട്.

പ്രപഞ്ചത്തിന്റെ കാലഗണന സംബന്ധിച്ചും മുൻകാലങ്ങളിൽ ഉണ്ടായിരുന്ന ധാരണകൾ രസകരമാണ്. ആര്യഭടന്റെയും മറ്റും കലണ്ടർ അനുസരിച്ച് നമ്മൾ കലിയുഗത്തിലാണ്. 4,32,000 വർഷമാണ് ഒരു കലിയുഗം. കലിയുഗത്തിന്റെ രണ്ടും മൂന്നും നാലും മടങ്ങുവീതം കാലയളവുകളുള്ള ദ്വാപരയുഗം, ത്രേതായുഗം, കൃതയുഗം എന്നിവകൂടി ചേർന്നാൽ 43,20,000 വർഷമടങ്ങിയ ഒരു മഹാ യുഗമായി. ഇത്തരത്തിൽ 453 മഹായുഗങ്ങൾ ഇതിനകം കഴിഞ്ഞു പോയിട്ടുണ്ടത്രേ! യുഗത്തിന്റെ ആരംഭത്തിൽ ഗ്രഹങ്ങളെല്ലാം ഒരേ നിരയിലായിരുന്നു എന്ന ധാരണ വച്ചാണ് കലിയുഗത്തിന്റെ ആരംഭം തീരുമാനിച്ചത്. അന്നത്തെ ധാരണവച്ചു നോക്കുമ്പോൾ ഇതിൽ ഒരു യുക്തിയുണ്ടെങ്കിലും ഇന്നത്തെ കൂടുതൽ കൃത്യമായ കണക്കുകളുടെ അടിസ്ഥാനത്തിൽ ഇതിൽ വലിയ കാര്യമൊന്നുമില്ല.

കാലഗണനയുടെ കാര്യത്തിൽ പഴയകാലത്തെ ശാസ്ത്രജ്ഞരെയും മതപണ്ഡിതരെയും ഒക്കെ കടത്തിവെട്ടിയത് 17-ാം നൂറ്റാണ്ടിൽ കാന്റർ

ബറി ആർച്ച്ബിഷപ്പായിരുന്ന ഉഷ്ഷർ ആണ്. പ്രപഞ്ചം സൃഷ്ടിക്കപ്പെട്ടത് 4004 ബി സിയിലാണെന്ന് അദ്ദേഹം പ്രഖ്യാപിച്ചുകളഞ്ഞു! ക്രിസ്തീയ മതവിശ്വാസം അനുസരിച്ചുള്ള ആദിമമനുഷ്യനായ ആദാം സൃഷ്ടിക്കപ്പെട്ടത് 4004 ബി സി ഒക്ടോബർ 23-ന് ഞായറാഴ്ചയാണെന്നുവരെ കണക്കാക്കിയത്രേ! അതിന് അദ്ദേഹം ഉപയോഗിച്ച കണക്കുകൾ മഹാഅബദ്ധങ്ങളായിരുന്നു എന്നത് പ്രത്യേകം പറയേണ്ടതില്ലല്ലോ?

ഭൂമിയും മറ്റു ഗ്രഹങ്ങളെ സൂര്യനെ ചുറ്റുന്നുവെന്നു സ്ഥാപിച്ച നിക്കോളാസ് കോപ്പർനിക്കസ് (1473 - 1543)

ഭൂമിയാണ് പ്രപഞ്ചകേന്ദ്രമെന്നും സൂര്യനും മറ്റും ഭൂമിയെ ചുറ്റുന്നു വെന്നുമുള്ള ധാരണകൾ തെറ്റാണെന്ന് വളരെ സമർത്ഥമായി സ്ഥാപിച്ചത് നിക്കോളാസ് കോപ്പർനിക്കസ് (Nicolaus Copernicus - 1473 - 1543) എന്ന പോളണ്ടുകാരനായ ശാസ്ത്രജ്ഞനാണ്. അതിനു മുൻപും ഇക്കാര്യം ചിലരൊക്കെ സൂചിപ്പിച്ചിരുന്നുവെങ്കിലും കോപ്പർനിക്കസിന്റെ അത്ര ശക്തമായ വാദഗതികളോ നിരീക്ഷണങ്ങളുടെ പിൻബലമോ അവർക്കുണ്ടായിരുന്നില്ല. സൂര്യനാണ് സൗരയൂഥത്തിന്റെ കേന്ദ്രം എന്ന ആശയം ഇന്ന് പരക്കെ അംഗീകരിക്കപ്പെട്ടിരിക്കുന്നുവെങ്കിൽ അതിന്റെ ക്രെഡിറ്റ് മുഖ്യമായും കോപ്പർനിക്കസിനാണ്. ക്രിസ്തീയ മതമേലധ്യക്ഷന്മാരെ ഏറെ ചൊടിപ്പിച്ച ഈ വിപ്ലവകരമായ ആശയം വേണ്ടത്ര തെളിവുകളോടെ സമർത്ഥിച്ച കോപ്പർനിക്കസ് ഒരു ക്രിസ്തീയ പുരോഹിതൻ കൂടിയായിരുന്നുവെന്നത് രസകരമായ ഒരു വിരോധാഭാസം തന്നെ.

ഭൂമിയും മറ്റുഗ്രഹങ്ങളും സൂര്യനെ ചുറ്റുന്നുവെന്ന ആശയം പ്രചരിപ്പിച്ചതിന്റെപേരിൽ മതദ്രോഹ വിചാരണക്കോടതി ചുട്ടുകൊന്ന ഗിയൊർഡാനോ ബ്രൂണോ (1548-1600)

കോപ്പർനിക്കസിന്റെ ആശയങ്ങൾ യൂറോപ്പിൽ ഒരു ബൗദ്ധികവിപ്ലവത്തിനു തന്നെ തുടക്കമിട്ടു. എന്നാൽ അവിടെ നിർണ്ണായകശക്തി ആയി രുന്ന ക്രിസ്തുമത അധികാരികൾക്ക് കോപ്പർനിക്കസിന്റെ ആശയങ്ങൾ തീരെ ദഹിച്ചില്ല. നൂറ്റാണ്ടുകളായി നിലനിന്നിരുന്ന വിശ്വാസങ്ങളെയാണ് കോപ്പർനിക്കസ് ചോദ്യം ചെയ്തത്. തുടർന്ന് ഇതിന്റെ പ്രചാരകരായിരുന്നവർ പീഡനത്തിനിരയായി. ഗിയൊർഡാനോ ബ്രൂണോ (Giordano

Bruno 1548-1600) എന്ന ചിന്തകനെ മതഭരണകൂടം അഗ്നിയിൽ ദഹിപ്പിക്കുകതന്നെ ചെയ്തു. ഭൂമി സൂര്യനെ ചുറ്റുന്നു എന്നു പറഞ്ഞുവെന്നതായിരുന്നു ബ്രൂണോ (Giordano Bruno 1548-1600) ചെയ്ത പ്രധാന കുറ്റങ്ങളിലൊന്ന്. ഇതേ ആശയങ്ങൾ പ്രചരിപ്പിച്ച ഗലീലിയോ ഗലീലി (Galileo Galilei 1564-1642) ആകട്ടെ വീട്ടുതടങ്കലിലായി. ദൂരദർശിനി ഉപയോഗിച്ച് ഗലീലിയോ നടത്തിയ നിരീക്ഷണങ്ങളും അതിന് അദ്ദേഹം നൽകിയ വിശദീകരണങ്ങളും ചിരപുരാതനമായ ആശയങ്ങൾക്കെതിരായിരുന്നു. ദൂരദർശിനികളിലൂടെ ആകാശത്തു നോക്കാൻപോലും മതപണ്ഡിതരെന്ന് ഭാവിച്ചുനടന്നവർ പലരും വിസമ്മതിച്ചു.

ദൂരദർശിനി ആദ്യമായി നിർമ്മിച്ചത് ഗലീലിയോ ആയിരുന്നില്ല. പക്ഷേ സ്വന്തമായി ദൂരദർശിനി നിർമ്മിച്ച് അതുപയോഗിച്ച് വാനനിരീക്ഷണം നടത്തി വൻവിപ്ലവത്തിന് തുടക്കമിട്ടത് ഗലീലിയോ ആയിരുന്നു. നഗ്നനേത്രങ്ങൾക്ക് ദൃശ്യമല്ലാതിരുന്ന ആയിരക്കണക്കിനു നക്ഷത്രങ്ങൾ ദൂരദർശിനിയിലൂടെ കൺമുന്നിൽ തെളിഞ്ഞു. സൂര്യകളങ്കങ്ങൾ, ചന്ദ്രോപരിതലത്തിലെ ഗർത്തങ്ങളും പർവതങ്ങളും, വ്യാഴത്തിന്റെ ഉപഗ്രഹങ്ങൾ എന്നിവയൊക്കെ ദൂരദർശിനികളിലൂടെ ആദ്യം കണ്ടെത്തിയ കാര്യങ്ങളിൽ പെടും. നിരീക്ഷണപരീക്ഷണങ്ങളിലും അതിന്റെ വിശകലനത്തിലും ശാസ്ത്രത്തിന്റെ രീതികൾ അവലംബിക്കുക വഴി ഗലീലിയോ പിന്നീടു വന്നവർക്ക് വഴികാട്ടിയായി. ഈ വഴിയിലൂടെ ഏറെ മുന്നോട്ടു പോയത് പിന്നീട് വന്ന ഐസക് ന്യൂട്ടൺ (Isaac Newton 1643-1727) ആയിരുന്നു.

ഐസക് ന്യൂട്ടന്റെ ചലനനിയമങ്ങൾ ശാസ്ത്രപുരോഗതിയിൽ വലിയ പങ്കുവഹിച്ചു. ജ്യോതിർഗോളങ്ങളെ ദേവന്മാരായും അവയുടെ ചലനത്തെ ദൈവഹിതമായും കണക്കാക്കിയിരുന്ന ഒരു ജനത ഇതെല്ലാം പ്രകൃതിനിയമങ്ങളാൽ നിർണ്ണയിക്കപ്പെടുന്നതാണെന്ന ധാരണയിലേക്കു നീങ്ങി. ഭൂമിയിലെ പരീക്ഷണശാലകളിൽ പരീക്ഷിക്കപ്പെടുന്ന നിയമങ്ങൾ പ്രപഞ്ചത്തിനാകെ ബാധകമാണെന്നതും അംഗീകരിക്കപ്പെട്ടു. ഒരു പെൻഡുലത്തിന്റെയും താഴേക്കു പതിക്കുന്ന ഒരു വസ്തുവിന്റെയും ചലനത്തെ നിയന്ത്രിക്കുന്ന ആകർഷണബലനിയമങ്ങൾ തന്നെയാണ് ചന്ദ്രനെ ഭൂമിക്കു ചുറ്റുമുള്ള ഭ്രമണപഥത്തിൽ നിർത്തുന്നതെന്നും ന്യൂട്ടൺ കണ്ടുപിടിച്ചു. ഇതേ ചലനനിയമങ്ങൾ തന്നെ ഉപയോഗിച്ച് സൂര്യനു

ജ്യോതിശ്ശാസ്ത്ര ഗവേഷണത്തിന് ദൂരദർശിനി ഉപയോഗിച്ച് ഒരു വിപ്ലവം തുടങ്ങിവെച്ച മഹാനായ ഗലീലിയോ ഗലീലി (1564 - 1642)

ഭൗതികശാസ്ത്രത്തിന് ശക്ത മായ അടിത്തറ നൽകിയ സർ ഐസക് ന്യൂട്ടൻ (1643 – 1727)

ചുറ്റും ഗ്രഹങ്ങൾ ഭ്രമണം ചെയ്യുന്നതിനെയും ഗ്രഹങ്ങൾക്കുചുറ്റും ഉപഗ്രഹങ്ങൾ ഭ്രമണം ചെയ്യുന്നതിനെയുമൊക്കെ വിശദീകരിക്കാൻ കഴിഞ്ഞത് വൻനേട്ടമായി.

പരീക്ഷണനിരീക്ഷണരംഗങ്ങളിലും ഐസക് ന്യൂട്ടൻ ഒരു ഒന്നാന്തരം ശാസ്ത്രജ്ഞനായിരുന്നു. ഗലീലിയോ ഉപയോഗിച്ചവയിൽ നിന്നു വ്യത്യസ്തമായി ദർപ്പണം ഉപയോഗിച്ചുകൊണ്ടുള്ള പുതിയതരം ദൂരദർശിനികൾ ന്യൂട്ടൺ രൂപകല്പന ചെയ്തു. ന്യൂട്ടോണിയൻ ടെലിസ്കോപ്പുകൾ എന്നാണ് ഇത്തരം ദൂരദർശിനികൾ അറിയപ്പെടുന്നത്.

ന്യൂട്ടന്റെ കാലഘട്ടമാകുമ്പോഴേക്കും യൂറോപ്പിലെ ശാസ്ത്രജ്ഞർ ഭൂമിയല്ല, സൂര്യനാണ് സൗരയൂഥകേന്ദ്രമെന്ന് അംഗീകരിച്ചു. ഭൂമിയെയും മറ്റു ഗ്രഹങ്ങളെയും അതിന്റെ ഭ്രമണപഥങ്ങളിൽ പിടിച്ചുനിർത്തുന്നത് ഗുരുത്വബലമാണെന്ന് ന്യൂട്ടൺ സമർത്ഥിച്ചു. ഗുരുത്വബലത്തെക്കുറിച്ച് അതിനു മുൻപ് പലരും പറഞ്ഞിട്ടുണ്ടെങ്കിലും ഗുരുത്വബലം ദ്രവ്യമാനത്തിന് നേർഅനുപാതത്തിലാണെന്നും ദൂരത്തിന്റെ വർഗ്ഗത്തിന് വിപരീതാനുപാതത്തിലാണെന്നും കണ്ടെത്തിയത് ഐസക് ന്യൂട്ടനാണ്. അതുവഴി ഗ്രഹങ്ങളുടെയും ഉപഗ്രഹങ്ങളുടെയും ചലനവും, കൂടാതെ വേലിയേറ്റം, വേലിയിറക്കം, അയനചലനങ്ങൾ തുടങ്ങിയവയും കൃത്യതയോടെ വിശദീകരിക്കാൻ ന്യൂട്ടന്റെ നിയമങ്ങൾക്കു കഴിഞ്ഞു. പ്രപഞ്ചത്തെക്കുറിച്ചുള്ള നമ്മുടെ ചിത്രത്തിന് പുതിയൊരു മാനം നൽകിയത് വില്ല്യം ഹെർഷൽ (William Hershel - 1738-1822) ആണ്. സ്വന്തമായി രൂപപ്പെടുത്തിയ ദൂരദർശിനിയിലൂടെ വില്ല്യം ഹെർഷലും സഹോദരി കരോളിനും ക്ഷമാപൂർവ്വം ദശാബ്ദങ്ങളെടുത്തു നടത്തിയ നിരീക്ഷണങ്ങളുടെ ഫലമായാണ് ലോകം ക്ഷീരപഥത്തെക്കുറിച്ച് വ്യക്തമായി മനസ്സിലാക്കിയത്. എന്നാൽ ഹെർഷൽ കൂടുതൽ പ്രസിദ്ധി നേടിയത് യുറാനസിനെ കണ്ടെത്തിയ ആൾ എന്ന നിലയിലാണ്.

തെളിഞ്ഞരാത്രിയിൽ നഗ്നനേത്രങ്ങൾകൊണ്ടു നോക്കിയാൽ ആകാശത്തിൽ ഏതാണ്ട് കിഴക്കുപടിഞ്ഞാറായി പാൽ തൂവിയതുപോലെ പ്രകാശം ചിതറിക്കിടക്കുന്നതു കാണാം. ഇതിനെയാണ് ക്ഷീരപഥം അഥവാ ആകാശഗംഗ (Milky Way) എന്നു പറയുന്നത്. ക്ഷീരപഥത്തിൽ സാമാന്യം നല്ല ദൂരദർശിനികൊണ്ടുനോക്കിയാൽ അവ ധാരാളം നക്ഷത്രങ്ങളുടെ പ്രകാശം ചേർന്നതാണെന്ന് ബോധ്യമാകും. ഇവയെ വിശദമായി

പഠിച്ച ഹെർഷൽ ഈ നക്ഷത്രങ്ങളിലേക്കുള്ള ദൂരം കൂടി ഗണിച്ചെടുത്ത് ഒരു മാപ്പ് തയ്യാറാക്കി. നമ്മൾ കാണുന്ന നക്ഷത്രങ്ങളെയൊക്കെ ചേർത്ത് ഒരു മാപ്പ് ഉണ്ടാക്കിയാൽ അത് ഒരു തളികയുടെ രൂപം കൈവരിച്ചിരിക്കുന്നതായി തോന്നും. ഇതിനെ നമ്മൾ നമ്മുടെ ഗാലക്സി എന്നു വിളിക്കുന്നു. ഹെർഷലിന്റെ കാലത്ത് താരതമ്യേന അടുത്തുള്ള നക്ഷത്രങ്ങളെ മാത്രമാണ് നിരീക്ഷിക്കാൻ പറ്റിയിരുന്നത്. അക്കാരണത്താൽ തന്നെ അതിൽ ഒരു തെറ്റു വന്നുകൂടി. സൂര്യനെ ഗാലക്സിയുടെ നടുവിലായാണ് ഹെർഷെൽ പ്രതിഷ്ഠിച്ചത്. ഏറെ നാളുകൾക്കു ശേഷമാണ് ഈ ധാരണ മാറിയത്. നമ്മുടെ ഗാലക്സികേന്ദ്രത്തിൽ നിന്ന് മുപ്പതിനായിരം പ്രകാശവർഷം അകലെയാണ് സൗരയൂഥം.

ദൂരദർശിനി നിർമാണത്തിലും വാനനിരീക്ഷണത്തിലും നേട്ടങ്ങൾ കൊയ്ത വില്യം ഹെർഷലും (1738 - 1822) സഹോദരി കരോളിൻ ഹെർഷലും (1750 - 1848)

രാത്രി ആകാശത്ത് നോക്കിയാൽ നക്ഷത്രങ്ങളും ഗ്രഹങ്ങളുമല്ലാത്ത മറ്റു ചില ആകാശവസ്തുക്കളേയും നമുക്ക് കാണാൻ കഴിയും. ഇവയിൽ നഗ്നനേത്രങ്ങൾകൊണ്ട് വ്യക്തമായി കാണാൻ കഴിയാത്ത ചെറിയ മേഘങ്ങളുടെ രൂപമുള്ള വസ്തുക്കളാണ് നെബുലകൾ. ഉദാഹരണത്തിന് എം 31 (M31) എന്നറിയപ്പെടുന്ന നെബുലയുണ്ട്. നഗ്നനേത്രങ്ങൾകൊണ്ട് നോക്കിയാൽ ഇതിനെ അവ്യക്തമായേ കാണാൻ കഴിയൂ. ഒരു ചെറുദൂരദർശിനിയിലൂടെ നോക്കിയാൽ ഒരു അരിമണിയുടെ രൂപത്തിൽ കാണാം. ഇതേപോലെ ദക്ഷിണാർദ്ധഗോളത്തിൽ കാണാവുന്ന മെഗലാനിക് മേഘങ്ങളും പ്രസിദ്ധമാണ്. ഇവയൊക്കെ യഥാർത്ഥത്തിൽ എന്താണെന്ന് കണ്ടെത്തുകയും വിശദമായി പഠിക്കുകയും ചെയ്തപ്പോൾ അമ്പരപ്പിക്കുന്ന വിവരങ്ങളാണ് ശാസ്ത്രലോകത്തിനു ലഭിച്ചത്. ഉദാഹരണത്തിന്, എം 31 എന്നത് ഒരു ഗാലക്സി തന്നെയാണ്. അതുവരെ ധരിച്ചിരുന്നത് നമ്മുടെ ക്ഷീരപഥം തന്നെയാണ് പ്രപഞ്ചം എന്നാണ്. എന്നാൽ ക്ഷീരപഥത്തെപ്പോലെതന്നെ മറ്റൊരു ചെറുപ്രപഞ്ചമാണ് ആൻഡ്രോമേഡ ഗാലക്സി എന്നു വ്യക്തമായി. കൂറ്റൻ ദൂരദർശിനികൾ ആകാശചിത്രങ്ങൾ എടുക്കാൻ തുടങ്ങിയതോടെ നമുക്ക് എത്തിപ്പിടിക്കാവുന്ന പ്രപഞ്ചത്തിന്റെ വലിപ്പം കൂടിക്കൂടി വന്നു. പ്രപഞ്ചവിജ്ഞാനീയ (cosmology)ത്തിന്റെ കഥ ദൂരദർശിനികളുടെ കഥകൂടിയാണ്.

*

2

ദൂരദർശിനിയുടെ കഥ

ജ്യോതിശ്ശാസ്ത്രത്തിന്റെ കഥ തുടങ്ങുന്നത് ആയിരത്താണ്ടുകൾക്കപ്പുറത്താണ്. 17-ാം നൂറ്റാണ്ടുവരേയും വാനനിരീക്ഷണങ്ങൾക്കായി നാം ആശ്രയിച്ചിരുന്നത് നഗ്നനേത്രങ്ങളെയാണ്. അതിദൂരത്തിൽനിന്നു വരുന്ന നക്ഷത്രവെളിച്ചത്തിന്റെ വളരെ ചെറിയ ഒരംശം മാത്രമാണ് നമ്മുടെ കണ്ണുകളിലെ കൃഷ്ണമണിയിലൂടെ റെറ്റിനയിൽ പതിക്കുന്നത്. എന്നാൽ ദൂരദർശിനികൾ കണ്ടുപിടിച്ചതോടെ അക്ഷരാർത്ഥത്തിൽത്തന്നെ ഒരു വെളിച്ചവിപ്ലവം ഉണ്ടായി. ആദ്യകാലത്തെ ചെറുദൂരദർശിനികൾക്കുപോലും നമുക്കു കാണാവുന്ന പ്രപഞ്ചത്തിന്റെ വലിപ്പം അമ്പതോ നൂറോ ഇരട്ടി വർദ്ധിപ്പിക്കാൻ കഴിഞ്ഞു. ഇന്നത്തെ പടുകൂറ്റൻ ദൂരദർശിനികൾക്കാകട്ടെ ആയിരംകോടി പ്രകാശവർഷം സഞ്ചരിച്ചുവരുന്ന പ്രകാശത്തെപ്പോലും പിടിച്ചെടുക്കാൻ കഴിയും. പ്രപഞ്ചത്തിന്റെ എല്ലായിടത്തു

ഗലീലിയോ ഉപയോഗിച്ച ദൂരദർശിനിയുടെ മാതൃക

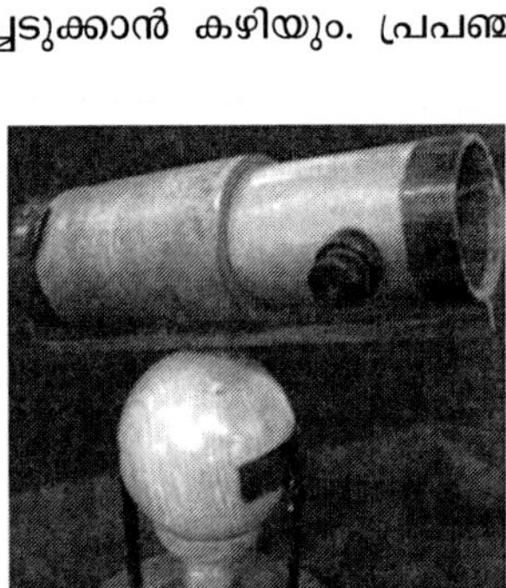

ഐസക് ന്യൂട്ടന്റെ ദൂരദർശിനിയുടെ മാതൃക

ഹെർഷലിന്റെ ദൂരദർശിനി

നിന്നുമായി വരുന്ന വിദ്യുത്കാന്തികതരംഗ (electromagnetic waves) ങ്ങളുടെ ഒരു ചെറുഭാഗം മാത്രമാണ് ദൃശ്യപ്രകാശം. ഇതിനുമപ്പുറത്തുള്ള തരംഗദൈർഘ്യം കുറഞ്ഞ അൾട്രാവയലറ്റ്, എക്സ്‌റേ, ഗാമാറേ എന്നിവ നിരീക്ഷിക്കുന്ന ദൂരദർശിനികൾ, തരംഗദൈർഘ്യം കൂടിയ ഇൻഫ്രാറെഡ്, മൈക്രോവേവ്, റേഡിയോതരംഗങ്ങൾ എന്നിവയെ പിടിച്ചെടുക്കുന്ന ദൂരദർശിനികൾ എന്നിങ്ങനെ പ്രപഞ്ചത്തെ കാണാൻ എത്ര ജാല കങ്ങളാണ് പുതുതായി തുറന്നിരിക്കുന്നത്. ഈ ദൂരദർശിനികളുടെയും അവ ഉണ്ടാക്കുകയും ഉപയോഗിക്കുകയും ചെയ്ത മനുഷ്യരുടെയും കഥ ശാസ്ത്രകുതുകികളെ ആവേശംകൊള്ളിക്കുന്ന ഒന്നാണ്.

ദൂരദർശിനി ഉപയോഗിച്ചുള്ള വാനനിരീക്ഷണത്തിന്റെ കഥ ആരംഭിക്കുന്നത് 1609 ലാണ്. ആ വർഷമാണ് ഗലീലിയോ ഗലീലി എന്ന ശാസ്ത്രജ്ഞൻ തന്റെ കൊച്ചുദൂരദർശിനി ആകാശത്തേക്ക് തിരിച്ചത്. കണ്ണടയുണ്ടാക്കുന്ന തരം ലെൻസുകൾ രണ്ടെണ്ണം ചേർത്തുവെച്ച് അകലെയുള്ള വസ്തുക്കളെ അടുത്തുകാണിക്കുന്ന ഒരു സൂത്രവിദ്യ കുറച്ചു കാലം മുമ്പ് ചില കണ്ണട നിർമ്മാതാക്കൾ കണ്ടുപിടിച്ചിരുന്നു. ഇതു കേട്ടറിഞ്ഞാണത്രേ ഗലീലിയോ ഒരു ദൂരദർശിനി ഉണ്ടാക്കി അതിനെ ആകാശത്തേക്കു തിരിച്ചത്. തന്റെ വിശകലനപാടവംകൊണ്ട് ദൂരദർശി നികളുടെ സൂത്രം മനസ്സിലാക്കാനും അവയെ മെച്ചപ്പെടുത്താനും ഗലീ ലിയോക്കായി. ഓരോ രാത്രി കഴിയുന്തോറും ഗലീലിയോവിന്റെ മുന്നിൽ പുതിയ വിസ്മയക്കാഴ്ചകൾ നിരന്നു. ചന്ദ്രന്റെ ഗർത്തങ്ങളും മലകളും ഗലീലിയോവിനെ അമ്പരപ്പിച്ചുകാണണം. ബുധന്റെയും ശുക്രന്റെയും വൃദ്ധിക്ഷയങ്ങൾ നിരീക്ഷിച്ച അദ്ദേഹത്തിന് അവ സൂര്യനെ ചുറ്റുകയാ ണെന്നു ബോധ്യമായി. വ്യാഴത്തിനെ നോക്കിയപ്പോൾ അതിനെ ചുറ്റുന്ന നാലുപഗ്രഹങ്ങൾ കണ്ടെത്താനും കഴിഞ്ഞു. ഭൂമിയാണ് പ്രപഞ്ചത്തിന്റെ കേന്ദ്രം എന്ന് പ്രചരിപ്പിച്ചിരുന്നവർ ഗലീലിയോയുടെ ദൂരദർശിനിയെ ഭയപ്പെടാൻ തുടങ്ങി. തങ്ങളുടെ അബദ്ധങ്ങളെല്ലാം വെളിച്ചത്താവുമെന്ന് അവർ ഭയന്നു. ഗലീലിയോ കണ്ട കാഴ്ചകളും അവയെ വിശകലനം ചെയ്ത് എത്തിയ അനുമാനങ്ങളും അന്നത്തെ പുരോഹിതമേധാവികളെ വിറളിപിടിപ്പിച്ചു. അവർ അദ്ദേഹത്തെ ജീവിതാന്ത്യംവരെയും വീട്ടുത ടങ്കലിലാക്കുകയും പലവിധത്തിലും പീഡിപ്പിക്കുകയും ചെയ്തു.

ഗലീലിയോ ഉയർത്തിവിട്ട മാറ്റത്തിന്റെ അലകൾ യൂറോപ്പിലെങ്ങും അലയടിച്ചു. ധാരാളം പേർ ദൂരദർശിനികൾ ഉപയോഗിക്കാനും പുതിയ കണ്ടെത്തലുകൾ നടത്താനും തുടങ്ങി. ഗലീലിയോയുടെ പിന്തുടർച്ചക്കാ രനായി രംഗത്തെത്തിയ ഐസക് ന്യൂട്ടൻ എന്ന മഹാനായ ശാസ്ത്ര ജ്ഞൻ ദർപ്പണങ്ങൾ ഉപയോഗിച്ച് കൂടുതൽ മെച്ചപ്പെട്ട ദൂരദർശിനികൾ രൂപകല്പന ചെയ്തു. ആകാശത്തു മിന്നുന്ന താരകളെല്ലാം സൂര്യനെ പ്പോലെ ഉജ്ജ്വലപ്രഭയുള്ള ഗോളങ്ങളാണെന്നും വളരെ അകലെ ആയതുകൊണ്ടു മാത്രം മങ്ങിക്കാണപ്പെടുന്നുവെന്നും ഊഹിച്ച ന്യൂട്ടൺ അവയിലേക്കുള്ള ഏകദേശദൂരവും തിട്ടപ്പെടുത്തി. സൗരയൂഥത്തിലെ ഗ്രഹചലനങ്ങൾ സൂക്ഷ്മമായി പരിശോധിച്ച അദ്ദേഹം അതിനെല്ലാം

അടിസ്ഥാനമായ ഗുരുത്വാകർഷണനിയമവും കണ്ടെത്തി. നക്ഷത്രങ്ങളുടെയും ഗാലക്സികളുടെയും ഘടനയും ചലനങ്ങളും പരിണാമവുമെല്ലാം മനസ്സിലാക്കുന്നതിൽ ന്യൂട്ടന്റെ ഗുരുത്വാകർഷണനിയമം നൽകിയ സംഭാവന അമൂല്യമാണ്. ഗലീലിയോയും ന്യൂട്ടണുമെല്ലാം തുടങ്ങിവെച്ച വിചാരവിപ്ലവം സാമാന്യജനങ്ങളുടെ ഇടയിലും ശാസ്ത്രാഭിമുഖ്യം വളർത്തി. ശാസ്ത്രഗവേഷണം ഒരു ജീവിതവൃത്തിയായി കണ്ടവർക്കു പുറമേ ശാസ്ത്രാന്വേഷികളായ മറ്റുപലരും ദൂരദർശിനി നിർമ്മാണത്തിലും വാനനിരീക്ഷണത്തിലും ആനന്ദം കണ്ടെത്തി. ഇവരിൽ ശ്രദ്ധേയരായ രണ്ടുപേരായിരുന്നു വില്യം ഹെർഷലും സഹോദരി കരോളിനും. സൂക്ഷ്മതയുള്ള കൂറ്റൻദൂരദർശിനികൾ ഉണ്ടാക്കി ഉപയോഗിക്കുക എന്നത് ഹരമായെടുത്ത ഇവർ ശ്രദ്ധേയമായ പല കണ്ടുപിടുത്തങ്ങളും നടത്തി. വില്യം ഹെർഷൽ തന്റെ ദൂരദർശിനി ഉപയോഗിച്ച് 1781-ൽ ഒരു പുതിയ ഗ്രഹത്തെ-യുറാനസ്-കണ്ടെത്തി. സഹോദരി കരോളിൻ ആകട്ടെ 1786-നും 1797-നും ഇടയിലായി എട്ട് വാൽനക്ഷത്രങ്ങളെ പുതുതായി കണ്ടെത്തി. തന്റെ കണ്ടുപിടുത്തങ്ങളുടെ അംഗീകാരമെന്ന നിലയിൽ റോയൽ അസ്ട്രോണമിക്കൽ സൊസൈറ്റിയുടെ സ്വർണ്ണമെഡലും കരോളിനെ തേടിയെത്തി.

ജ്യോതിശാസ്ത്രത്തിന്റെ പ്രാധാന്യം വർദ്ധിച്ചതോടെ 19-ാം നൂറ്റാണ്ടിൽ ലോകത്തിന്റെ വിവിധഭാഗങ്ങളിൽ ദൂരദർശിനികളും വാനനിരീക്ഷണകേന്ദ്രങ്ങളും സ്ഥാപിക്കപ്പെട്ടു. സ്വാതിതിരുനാളിന്റെ ഭരണകാലത്ത്, 1837-ൽ കേരളത്തിലെ ആദ്യത്തെ വാനനിരീക്ഷണ കേന്ദ്രം തിരുവനന്തപുരത്ത് സ്ഥാപിക്കപ്പെട്ടു. 19-ാം നൂറ്റാണ്ടിൽ ഫോട്ടോഗ്രാഫിയുടെ സാങ്കേതികവിദ്യ വളർന്നത് ജ്യോതിശ്ശാസ്ത്ര പഠനത്തിൽ വഴിത്തിരിവായി. 1840-ൽ ചന്ദ്രന്റെ ചിത്രം പകർത്താൻ കഴിഞ്ഞു. ഫോട്ടോഗ്രാഫിക്കുപയോഗിക്കുന്ന ഫിലിമുകളുടെ ഗുണനിലവാരം കൂടിയപ്പോൾ വളരെ മങ്ങിയ വസ്തുക്കളുടെയും ചിത്രമെടുക്കാൻ കഴിഞ്ഞു. ദൂരദർശിനിയിലൂടെ കണ്ണുകൊണ്ടു നോക്കുമ്പോൾ കാണാൻ കഴിയാത്ത പല വസ്തുക്കളുടെയും ചിത്രങ്ങൾ ക്യാമറ ഉപയോഗിച്ചു പകർത്താൻ കഴിയും. ഏറെനേരം ക്യാമറയുടെ ഷട്ടർ തുറന്നുവെച്ചാണ് ഇതു സാധ്യമാക്കുക. ഭൂമി തിരിയുന്നതനുസരിച്ച് ടെലിസ്കോപ്പ് തിരിച്ചുകൊടുക്കുകയും വേണം. 1899-ൽ തമിഴ്നാട്ടിലെ കൊടൈക്കനാലിൽ സ്ഥാപിക്കപ്പെട്ട സൗരനിരീക്ഷണനിലയത്തിൽ (solar observatory) നൂറുവർഷത്തിലധികമായി എല്ലാദിവസവും സൂര്യബിംബത്തിന്റെ ചിത്രം എടുക്കുന്നു. ഇത്തരം ചിത്രങ്ങളിലൂടെയാണ് 1909-ൽ സൂര്യകളങ്കങ്ങളുടെ ചലനത്തെ സംബന്ധിച്ച 'എവെർഷെഡ് പ്രഭാവം' അവിടെ നിരീക്ഷകനായിരുന്ന ജോൺ എവെർഷെഡ് കണ്ടെത്തിയത്.

1904-ൽ അമേരിക്കയിലെ മൗണ്ട് വിൽസണിൽ സ്ഥാപിക്കപ്പെട്ട നിരീക്ഷണനിലയം പ്രത്യേക പരാമർശമർഹിക്കുന്ന ഒന്നാണ്. ഇരുപതാം നൂറ്റാണ്ടിന്റെ ആദ്യപകുതിയിൽ ലോകത്തുണ്ടായിരുന്നവയിൽ ഏറ്റവും

ശക്തിയേറിയ ദൂരദർശിനികൾ ഇവിടെയാണ് സ്ഥാപിച്ചിരുന്നത്. സൂര്യൻ ആകാശഗംഗ എന്ന നമ്മുടെ ഗാലക്സിയുടെ കേന്ദ്രത്തിൽനിന്ന് കുറേയേറെ നീങ്ങി സ്ഥിതിചെയ്യുന്ന ഒരു സാധാരണ നക്ഷത്രമാണെന്ന് നാം മനസ്സിലാക്കിയത് ഇവിടത്തെ ഗവേഷണങ്ങൾ വഴിയാണ്. പ്രപഞ്ചമെന്നത് നമ്മുടെ ഗാലക്സിമാത്രമല്ലെന്നും ഇതേപോലെ എണ്ണിയാലൊടുങ്ങാത്തത്ര ഗാലക്സികൾ വേറെയുമുണ്ടെന്നും ഗാലക്സികൾ പരസ്പരം അകന്നുകൊണ്ടിരിക്കുന്നുവെന്നുമെല്ലാം സ്ഥാപിച്ചത് ഇവിടത്തെ നിരീക്ഷകരാണ്. ചരിത്രം സൃഷ്ടിച്ച അവിടത്തെ ദൂരദർശിനികളിൽ പലതും ഇപ്പോഴും ഓരോ രാത്രിയിലും കർമ്മനിരതമാകും.

ചരിത്രത്തിൽ സ്ഥാനംപിടിച്ച മറ്റൊരു കൂറ്റൻ ദൂരദർശിനി അമേരിക്കയിലെ മൗണ്ട് പലോമറിൽ 1948-ൽ സ്ഥാപിക്കപ്പെട്ട ഹാലെ ടെലിസ്കോപ്പാണ്. ഇതിന്റെ പ്രധാന ദർപ്പണത്തിന്റെ വ്യാസം 5 മീറ്ററിൽ കൂടുതലുണ്ട്. 1993 വരെ ഇതിനെ വെല്ലാൻ മറ്റു ദൂരദർശിനികൾ ഉണ്ടായിരുന്നില്ല. ഇലക്ട്രോണിക് ക്യാമറയുടെ സാങ്കേതികവിദ്യയുടെ വളർച്ചയോടെ ഫോട്ടോഗ്രാഫി രംഗത്ത് വൻമുന്നേറ്റം വന്നതോടെ ദൂരദർശിനികളുടെ വലിപ്പം വർദ്ധിപ്പിക്കാതെ തന്നെ നിരീക്ഷണശേഷി വർദ്ധിപ്പിക്കാമെന്നു വന്നു. തുടർന്ന് ഏതാണ്ട് അരനൂറ്റാണ്ടുകാലം ഈ രംഗത്തായിരുന്നു ശ്രദ്ധ. ജ്യോതിശ്ശാസ്ത്രജ്ഞർ ഫോട്ടോഗ്രാഫിക്കായി ഉണ്ടാക്കിയെടുത്ത സാങ്കേതികവിദ്യകൾ പലതും ഇന്ന് ഡിജിറ്റൽ ഫോട്ടോഗ്രാഫിയിൽ ഉപയോഗിക്കുന്നു.

ഇപ്പോൾ നിലവിലുള്ള ഏറ്റവും വലിയ ദൂരദർശിനികൾ (ദൃശ്യപ്രകാശം ഉപയോഗിക്കുന്നത്) ഹവായിയിൽ ഉള്ള ഇരട്ട ദൂരദർശിനികൾ (Keck telescope in Hawaii) ആണ്. 10 മീറ്ററാണ് ഇതിലെ ഓരോ ദൂരദർശിനിയിലെയും പ്രധാനദർപ്പണത്തിന്റെ വ്യാസം. ദക്ഷിണാർദ്ധഗോളത്തിലെ ഏറ്റവും വലിയ ദൂരദർശിനി ദക്ഷിണാഫ്രിക്കയിൽ 2005-ൽ പ്രവർത്തനം ആരംഭിച്ചതാണ്. ഒരൊറ്റ ദർപ്പണത്തിനു പകരം ആകെ 11 മീറ്റർ വ്യാസം വരത്തക്കവിധത്തിൽ കുറേ ദർപ്പണങ്ങൾ നിരത്തി വെച്ചാണ് ഇത് ഉണ്ടാക്കിയിരിക്കുന്നത്. ചന്ദ്രനിൽ ഒരു മെഴുകുതിരി കത്തിച്ചുവെച്ചാൽ അത് കാണാൻ ഈ ദൂരദർശിനിക്കു കഴിയുമത്രേ.

തമിഴ്നാട്ടിലെ കവലൂരിൽ സ്ഥിതിചെയ്യുന്ന വാനനിരീക്ഷണനിലയം. ഇന്ത്യയിലെ ഏറ്റവും വലിയ ദൂരദർശിനിയായ വൈനുബാപ്പു ടെലിസ്കോപ്പ് ഇവിടെയാണ്.

ഇന്ത്യയിലെ ഏറ്റവും വലിയ ദൂരദർശിനി (ദൃശ്യപ്രകാശം ഉപയോഗിക്കു

ന്നത്) തമിഴ്നാട്ടിലെ കവലൂർ എന്ന സ്ഥലത്ത് സ്ഥാപിക്കപ്പെട്ടിരിക്കുന്ന ടെലിസ്കോപ്പാണ്.

ഇതുവരെ പറഞ്ഞത് ദൃശ്യപ്രകാശം ഉപയോഗിക്കുന്ന ദൂരദർശിനികളെക്കുറിച്ചാണ്. ഇത് ദൂരദർശിനികളുടെ കഥയുടെ ഒരു ചെറിയ ഭാഗം മാത്രമാണ്. നമുക്ക് കാണാവുന്ന പ്രകാശത്തിനുപുറമേ പല തരത്തിലുള്ള തരംഗങ്ങളും കണങ്ങളും നക്ഷത്രങ്ങളിൽനിന്നും ഗാലക്സികളിൽ നിന്നുമൊക്കെയായി വരുന്നുണ്ട്. അവ നിരീക്ഷിക്കാൻ പ്രത്യേകതരം ദൂരദർശിനികൾ വേണം. ഉദാഹരണമായി റേഡിയോതരംഗങ്ങളുടെ കാര്യമെടുക്കാം. നമ്മുടെ ഗാലക്സിയായ ആകാശഗംഗയുടെ വിവിധ ഭാഗങ്ങളിൽനിന്ന് റേഡിയോതരംഗങ്ങൾ വരുന്നുണ്ടെന്ന് 1930 കളിൽ കാൾ ജാൻസ്കി എന്ന ശാസ്ത്രജ്ഞൻ കണ്ടെത്തി. ഏതെങ്കിലും റേഡിയോ സ്റ്റേഷനുകളിൽനിന്നു വരുന്ന തരംഗങ്ങളല്ല അവ. പ്രകൃതിയിൽ നടക്കുന്ന പല പ്രതിഭാസങ്ങളിലുമായി ഉൽപ്പാദിപ്പിക്കപ്പെടുന്ന

പ്രശസ്തമായ കെക്ക് ഇരട്ട ടെലിസ്കോപ്പ് (ഹവായ്, യു എസ് എ)

പ്രശസ്തമായ ഹബ്ൾ സ്പേസ് ടെലിസ്കോപ്പ് (നാസ, യു എസ് എ)

മഹാരാഷ്ട്രയിൽ പൂനെയ്ക്കടുത്ത് സ്ഥാപിച്ചിരിക്കുന്ന റേഡിയോ ദൂരദർശിനി (GMRT - Giant Metrewave Radio Telescope)യുടെ കൂറ്റൻ ഡിഷുകളിൽ ചിലത്.

റഷ്യൻ സഹായത്തോടെ ഫ്രാൻസ് വിക്ഷേപിച്ച കൊറോട്ട് (Corot) ബഹിരാകാശ ദൂരദർശിനി.

അമാൻഡ (AMANDA - Antarctic Muon and Neutrino Detection Array) അന്റാർട്ടിക്കയിൽ ഇവിടെ ഐസിനകത്ത് സ്ഥാപിച്ചിരിക്കുന്നു.

റേഡിയോതരംഗങ്ങളാണവ. രണ്ടാം ലോകമഹായുദ്ധകാലത്ത് റഡാർ ഗവേഷണരംഗത്തുണ്ടായ മുന്നേറ്റങ്ങൾ റേഡിയോ ടെലിസ്കോപ്പുകൾ ഉണ്ടാക്കാൻ വളരെയധികം സഹായിച്ചു. ലോകത്തെ ഏറ്റവും വലിയ ടെലിസ്കോപ്പുകൾ ഈയിനത്തിൽ പെട്ടതാണ്.

ഇന്ത്യയിൽ മഹാരാഷ്ട്രയിൽ പൂനെ-നാസിക് റോഡിലെ നാരായൺ ഗാവോണിനടുത്തു സ്ഥാപിച്ചിരിക്കുന്ന കൂറ്റൻ ടെലിസ്കോപ്പിന് (GMRT - Giant Metrewave Radio Telescope) 45 മീറ്റർ വീതം വ്യാസമുള്ള 30 ഡിഷ് ആന്റിനകളുണ്ട്. 20 സെന്റിമീറ്റർ മുതൽ 6 മീറ്റർ വരെ തരംഗ ദൈർഘ്യമുള്ള റേഡിയോ മൈക്രോവേവ് തരംഗങ്ങളെ ഇതിനു പിടിച്ചെടുക്കാൻ കഴിയും. ഇത്തരം തരംഗങ്ങളുടെ കാര്യത്തിൽ ലോകത്തിലെ ഏറ്റവും ശക്തിയേറിയ ദൂരദർശിനിയാണിത്.

ബഹിരാകാശ സാങ്കേതികവിദ്യയുടെ വളർച്ചയോടെ പ്രപഞ്ചത്തെ നിരീക്ഷിക്കാൻ പുതിയ വഴികൾ തുറക്കാൻ ശാസ്ത്രജ്ഞർക്കു കഴിഞ്ഞു. പ്രപഞ്ചത്തിലെ വിവിധ വസ്തുക്കളിൽനിന്നു വരുന്ന വിവിധ തരം തരംഗങ്ങളിൽ ദൃശ്യപ്രകാശവും റേഡിയോ തരംഗങ്ങളുടെയും ഇൻഫ്രാറെഡിന്റെയും ചെറിയൊരംശവും മാത്രമാണ് ഭൂമിയിലെത്തുക. മറ്റെല്ലാം ഭൂമിയുടെ അന്തരീക്ഷത്തിൽ വെച്ച് തടയപ്പെടും. ജ്യോതിർഗോളങ്ങളെ ഭംഗിയായി നിരീക്ഷിക്കണമെങ്കിൽ ഭൂമിയുടെ അന്തരീക്ഷത്തിനുപുറത്തു സ്ഥിതിചെയ്യുന്ന സ്പേസ് ടെലിസ്കോപ്പുകളാണ് അഭികാമ്യം.

ഇത്തരം ടെലിസ്കോപ്പുകളിൽ ഹബിൾ സ്പേസ് ടെലസ്കോപ്പാണ് (Hubble Space Telescope - HST) ഏറ്റവും പ്രസിദ്ധം. കുറേ വർഷങ്ങളായി അത് നമുക്കു വിലപ്പെട്ട വിവരങ്ങൾ തന്നുകൊണ്ടിരിക്കു

ന്നു. വളരെ പ്രസിദ്ധമായ മറ്റൊരു ടെലിസ്കോപ്പാണ് നാസ വിക്ഷേപിച്ച 'ചന്ദ്ര' എന്ന എക്സ്-റേ (X-ray) ദൂരദർശിനി. ഇന്ത്യക്കാരനായ പ്രസിദ്ധ ജ്യോതിശ്ശാസ്ത്രജ്ഞൻ സുബ്രഹ്മണ്യം ചന്ദ്രശേഖറിന്റെ സ്മരണ യ്ക്കാണ് ആ പേര് നൽകിയിരിക്കുന്നത്. അസ്ട്രോസാറ്റ് (Astrosat) എന്നത് ഇന്ത്യയുടെ സ്വന്തം ബഹിരാകാശ ദൂരദർശിനിയാണ്.

എടുത്തുപറയേണ്ട മറ്റൊരു ദൂരദർശിനി ഹിമാലയൻചന്ദ്ര ടെലി സ്കോപ്പ് എന്ന ഇന്ത്യൻ ദൂരദർശിനിയാണ്. ഹിമാലയത്തിലെ മൗണ്ട് സരസ്വതിയുടെ മുകളിൽ സ്ഥാപിച്ചിരിക്കുന്ന ഈ ദൂരദർശിനിയെ റിമോട്ട് സംവിധാനം ഉപയോഗിച്ച് കർണാടകയിൽനിന്നാണ് നിയന്ത്രിക്കുന്നത്. വളരെ ഉയരത്തിൽ സ്ഥാപിച്ചിരിക്കുന്നതിനാൽ ഇൻഫ്രാറെഡ് പ്രകാശത്തിൽ നിരീക്ഷണം നടത്താനും ഈ ദൂരദർശിനിക്ക് കഴിയും.

ദൂരദർശിനികളിൽ ഏറ്റവും വിചിത്രമായിട്ടുള്ളവ ന്യൂട്രിനോ നിരീക്ഷണനിലയങ്ങളാണ്. സാധാരണ ദൂരദർശിനികൾ മുകളിൽ നിന്നു വരുന്ന വിദ്യുത്കാന്തിക തരംഗങ്ങളെ പിടിച്ചെടുക്കുമ്പോൾ ഇവ താഴെ നിന്ന് ഭൂമിയെ തുളച്ചുവരുന്ന ന്യൂട്രിനോകളെയാണ് പിടിച്ചെടുക്കുക. ന്യൂട്രിനോകൾ വളരെ അപൂർവമായി മാത്രം ദ്രവ്യവുമായി പ്രതി പ്രവർത്തിക്കുന്നതിനാൽ വളരെയേറെ ദ്രവ്യം ഉപയോഗിച്ചാൽ മാത്രമേ ഇവയെ കുറച്ചെണ്ണത്തിനെയെങ്കിലും പിടിച്ചെടുക്കാൻ കഴിയൂ. ഉദാഹ രണത്തിന് അന്റാർട്ടിക്കയിൽ സ്ഥാപിച്ചിട്ടുള്ള അമാൻഡ (AMANDA - Antarctic Muon And Neutrino Detection Array) യിൽ ഒരു കിലോമീറ്റർ നീളവും വീതിയും ഉയരവുമുള്ള ഒരു ഐസ്ക്യൂബിലെ ആറ്റങ്ങളുമായി ന്യൂട്രിനോകൾ പ്രതിപ്രവർത്തിക്കുന്നതു കണ്ടെത്താ നുള്ള സംവിധാനം ഒരുക്കിയിരിക്കുന്നു. സൂപ്പർനോവ പോലെയുള്ള വൻസ്ഫോടനങ്ങൾ നടക്കുമ്പോൾ പുറത്തുവരുന്ന ന്യൂട്രിനോകളെ കണ്ടെത്താൻ അത്തരം സംവിധാനങ്ങൾക്കു കഴിയും.

*

3

സൗരയൂഥത്തിലൂടെ

പ്രപഞ്ചവിജ്ഞാനീയം (cosmology) പഠിക്കുന്നവർ സാധാരണ ഗതിയിൽ സൗരയൂഥത്തെ ഗൗനിക്കാറില്ല. അവർ ഗാലക്സിയെപ്പോലും പ്രപഞ്ചത്തിലെ ഒരു ചെറുതരി മാത്രമായാണ് കണക്കാക്കുന്നത്. അപ്പോൾ ഒരു സാധാരണ ഗാലക്സിയായ ആകാശഗംഗയിലെ അറുപതിനായിരം കോടി നക്ഷത്രങ്ങളിൽ ഒന്നായ സൂര്യനും അതിന്റെ ചുറ്റും കറങ്ങുന്ന ഗ്രഹങ്ങളും ഉപഗ്രഹങ്ങളുമൊക്കെ തീരെ അപ്രധാനമാണ്. എങ്കിലും നമ്മളൊക്കെ വസിക്കുന്ന ഭൂമി ഇതുവരെയുള്ള അറിവനുസരിച്ച് ജീവൻ സ്പന്ദിക്കുന്ന ഒരേ ഒരിടമാണ്. നമുക്കു നേരിട്ട് അറിവുള്ളതും ഇവിടത്തെ കാര്യങ്ങളെ സംബന്ധിച്ചാണ്. സൗരയൂഥത്തിലൂടെയുള്ള ഒരു ഓട്ടപ്രദക്ഷിണമാകട്ടെ ഇനി.

സൂര്യൻ

സൂര്യൻ നമ്മുടെ നക്ഷത്രമാണ്. ഭൂമിയിലെ ജീവജാലങ്ങളെ സംബന്ധിച്ചിടത്തോളം സൂര്യന്റെ ഊർജ്ജവും ആകർഷണബലവും വളരെ പ്രധാനപ്പെട്ടതാണ്. എന്നാൽ നക്ഷത്രങ്ങളുടെ ലോകത്ത് സൂര്യൻ വെറും ഒരു സാധാരണക്കാരൻ. രാത്രിയിൽ നമ്മൾ കാണുന്ന നക്ഷത്രങ്ങളിൽ വലിയൊരു ഭാഗം യഥാർത്ഥത്തിൽ സൂര്യനേക്കാൾ വലിയവയാണ്. തിരുവാതിരയും തൃക്കേട്ടയും നക്ഷത്രഭീമന്മാർ തന്നെയാണ്.

സൂര്യൻ - സൗരയൂഥത്തിന്റെ നാഥൻ

അവരുടെ മുമ്പിൽ സൂര്യൻ ഒന്നുമല്ല.

സൗരയൂഥത്തിൽ സൂര്യൻ എല്ലാവരിലും കേമനാണ്. സൗരയൂഥത്തിൽ സൂര്യനുപുറമേ ഗ്രഹങ്ങളെയും ഉപഗ്രഹങ്ങളെയും വാൽനക്ഷത്രങ്ങളെയും എല്ലാം ചേർത്തു കിട്ടുന്ന ആകെ ദ്രവ്യമാനത്തിന്റെ 99 ശതമാനത്തിലധികവും സൂര്യനിലാണ്. സൂര്യന്റെ ദ്രവ്യമാനത്തിന്റെ 74 ശതമാനം ഹൈഡ്രജനും 25 ശതമാനം ഹീലിയവും ബാക്കി മറ്റെല്ലാ മൂലകങ്ങളും ചേർന്നതുമാണ്. ആകെ ദ്രവ്യമാനം 2 ലക്ഷം ലക്ഷം ലക്ഷം ലക്ഷം ലക്ഷം ലക്ഷം (2 എന്നെഴുതി 30 പൂജ്യങ്ങൾകൂടി ചേർക്കുക) കിലോഗ്രാമാണ്. ഇത് ഭൂമിയുടെ ദ്രവ്യമാനത്തിന്റെ മൂന്നുലക്ഷത്തി മുപ്പത്തിമൂവായിരം ഇരട്ടിവരും. സൂര്യന്റെ വ്യാസം 14 ലക്ഷം കിലോമീറ്റർ വരും. ഭൂമിയുടേതിന്റെ 109 ഇരട്ടി.

സൗരയൂഥത്തിൽ എട്ടു ഗ്രഹങ്ങളുമുണ്ട്. അവയിൽ നാലെണ്ണം അകം ഗ്രഹങ്ങളെന്നും (inner planets) നാലെണ്ണം പുറം ഗ്രഹങ്ങളെന്നും (outer planets) അറിയപ്പെടുന്നു. അകം ഗ്രഹങ്ങൾ താരതമ്യേന ചെറുതും പ്രധാനമായും ഖരവസ്തുക്കൾകൊണ്ട് നിർമ്മിതവുമാണ്. ഇവയുടെ പേര് സൂര്യനിൽനിന്നുള്ള ദൂരത്തിന്റെ ക്രമത്തിൽ ബുധൻ (Mercury), ശുക്രൻ (Venus), ഭൂമി (Earth), ചൊവ്വ (Mars) എന്നിങ്ങനെയാണ്. പുറം ഗ്രഹങ്ങളായ വ്യാഴം (Jupiter), ശനി (Saturn), യുറാനസ് (Uranus), നെപ്ട്യൂൺ (Neptune) എന്നിവ ഭീമാകാരന്മാരായ വാതകഗോളങ്ങളാണ്. ഇതിന്റെ ഉള്ളടക്കം പ്രധാനമായും ഹൈഡ്രജനും ഹീലിയവുമാണ്. ഉപഗ്രഹങ്ങളുടെ കാര്യത്തിൽ ഇവയെല്ലാം സമ്പന്നരാണ്. അകം ഗ്രഹങ്ങളിൽ ബുധനും ശുക്രനും ഉപഗ്രഹങ്ങളില്ല. ഭൂമിക്ക് ഒന്നും ചൊവ്വക്ക് രണ്ടും ഉപഗ്രഹങ്ങൾ മാത്രമാണുള്ളത്. പുറം ഗ്രഹങ്ങൾക്കുമുള്ള ഒരു പ്രത്യേകത അവയ്ക്കു ചുറ്റുമുള്ള വലയങ്ങളുടെ സാന്നിധ്യമാണ്. ഇതിൽ ശനിയുടേത് വളരെ പ്രസിദ്ധമാണ്.

ഗ്രഹങ്ങൾക്കു പുറമേ വാമനഗ്രഹങ്ങൾ (dwarf planets) എന്ന ഒരു പുതിയ തരക്കാർകൂടി ഇപ്പോൾ കണ്ടെത്തപ്പെട്ടിട്ടുണ്ട്. മുൻപ് ഗ്രഹമായി കണക്കാക്കപ്പെട്ടിരുന്ന പ്ലൂട്ടോയുടെ സ്ഥാനം ഈ പട്ടികയിലാണ്. ചൊവ്വക്കും വ്യാഴത്തിനും ഇടയിൽ കാണപ്പെടുന്ന 'സെറസ്' (ceres) എന്ന ചിന്നഗ്രഹത്തേയും ഈ ലിസ്റ്റിൽ പെടുത്തിയിരിക്കുന്നു. പ്ലൂട്ടോവിനും അപ്പുറം പുതിയ വസ്തുക്കൾ കണ്ടുപിടിച്ചുകൊണ്ടിരിക്കുന്ന മുറയ്ക്ക് വാമനഗ്രഹങ്ങളുടെ ലിസ്റ്റ് വലുതായി വരികയാണ്.

ഗ്രഹങ്ങളുടെയും വാമനഗ്രഹങ്ങളുടെയും പട്ടികയിൽ പെടാത്ത വാൽനക്ഷത്രങ്ങൾ, ചിന്നഗ്രഹങ്ങൾ (asteroids) (പ്രധാനമായും ചൊവ്വക്കും വ്യാഴത്തിനും ഇടയിൽ കാണപ്പെടുന്നവ) തുടങ്ങിയവയെ 'മറ്റു ചെറുവസ്തുക്കൾ' എന്ന മൂന്നാമതൊരു ലിസ്റ്റിൽ പെടുത്തിയിരിക്കുന്നു.

സൂര്യനും സൗരകുടുംബത്തിലെ മറ്റംഗങ്ങളും പ്രായത്തിന്റെ കാര്യത്തിൽ ഏതാണ്ട് തുല്യരാണ്. ഇവയുടെ പ്രായം ഏതാണ്ട് 455 കോടി വർഷമാണെന്ന് കണക്കാക്കപ്പെട്ടിരിക്കുന്നു. ഈ കണക്കിൽ ഒന്നോ

രണ്ടോ ശതമാനത്തിൽ കൂടുതൽ തെറ്റുണ്ടാവില്ലെന്നും ശാസ്ത്രജ്ഞർക്ക് വിശ്വാസമുണ്ട്. വലിയൊരു കാലയളവാണെങ്കിലും ഇത് പ്രപഞ്ചത്തിന്റെ മൊത്തം പ്രായത്തിന്റെ മൂന്നിലൊന്നേ വരൂ. സൂര്യന്റെ കാര്യമെടുത്താൽ, അതിന്റെ ആയുസ്സിന്റെ മൂന്നിലൊന്നേ കഴിഞ്ഞിട്ടുള്ളൂ. ഇനി ഒരു ആയിരം കോടി വർഷമെങ്കിലും ബാക്കിയുണ്ട്. അടുത്തതായി സൗരയൂഥാംഗങ്ങളെ ഒന്ന് അടുത്ത് പരിചയപ്പെടാം.

ബുധൻ (Mercury)

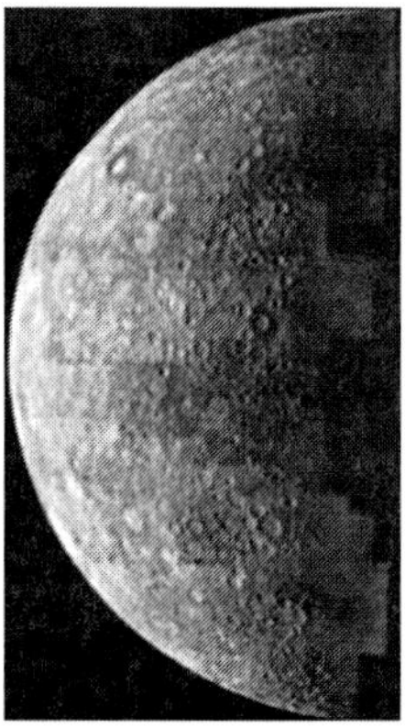

ബുധൻ (Mercury) - സൗരയൂഥത്തിലെ ഏറ്റവും ചെറിയ ഗ്രഹം

സൂര്യനോട് ഏറ്റവും അടുത്ത് സ്ഥിതിചെയ്യുന്ന ഗ്രഹമാണ് ബുധൻ. 88 ദിവസം കൊണ്ട് ബുധൻ സൂര്യനെ ഒരുപ്രാവശ്യം ചുറ്റിവരും. രണ്ട് ആവൃത്തി സൂര്യനെ ചുറ്റുന്നതിനിടയിൽ മൂന്നു പ്രാവശ്യം അത് സ്വയം തിരിയുകയും ചെയ്യും. നഗ്നനേത്രങ്ങൾക്ക് ദൃശ്യമാണ് ഈ ഗ്രഹം. പക്ഷേ ഇതിനെ കാണുക എളുപ്പമല്ല. എപ്പോഴും സൂര്യന്റെ അടുത്താകയാൽ സൂര്യാസ്തമയം കഴിഞ്ഞ ഉടനെയോ സൂര്യോദയത്തിന് തൊട്ടുമുമ്പോ മാത്രമാണ് ബുധനെ കാണാനാവുക. ബുധന് ഉപഗ്രഹങ്ങളൊന്നുമില്ല. വലയങ്ങളും ഇല്ല. വലിപ്പത്തിൽ ഗ്രഹങ്ങളിൽ ഏറ്റവും ചെറുതെന്ന സ്ഥാനം ബുധനാണ്. ബുധനേക്കാൾ വലിപ്പംകുറഞ്ഞ പ്ലൂട്ടോയെ ഗ്രഹങ്ങളുടെ പട്ടികയിൽ നിന്ന് ഒഴിവാക്കിയപ്പോഴാണ് ബുധന് ഈ സ്ഥാനം ലഭിച്ചത്.

മെസഞ്ചർ എന്ന പേടകം 2008 ജനുവരിയിൽ ബുധൻ സന്ദർശിച്ചപ്പോൾ നമുക്ക് വിലപ്പെട്ട വിവരങ്ങൾ ലഭിച്ചു. ബുധന്റെ ഉപരിതലം ഗർത്തങ്ങൾ നിറഞ്ഞതാണ്. ഇക്കാര്യത്തിൽ ചന്ദ്രനുമായി നല്ല സാമ്യമുണ്ട്. താപനിലയുടെ കാര്യത്തിൽ രാത്രിയും പകലും തമ്മിൽ നല്ല അന്തരമുണ്ട്. പകൽസമയത്ത് താപനില 430 ഡിഗ്രി സെന്റിഗ്രഡ് വരെ ഉയരുന്നു. രാത്രിയിലിത് -170 ഡിഗ്രിവരെ താഴുന്നു. അന്തരീക്ഷവായു ഒട്ടും തന്നെ ഇല്ലാത്തതുകൊണ്ടാണ് താപനിലയിൽ ഇത്രയും വലിയ അന്തരം നിലനിൽക്കുന്നത്.

ശുക്രൻ (Venus)

ശുക്രൻ (Venus) - സൗരയൂഥത്തിലെ ഏറ്റവും ചൂടുള്ള ഗ്രഹം

വലിപ്പം, ദ്രവ്യമാനം, സാന്ദ്രത എന്നിവയിൽ ഭൂമിയുടെ തൊട്ടു പിന്നിലാണ് ശുക്രൻ. പക്ഷേ മറ്റു കാര്യങ്ങളിൽ തികച്ചും വ്യത്യസ്തം. ഭൂമിയെ അപേക്ഷിച്ച് വളരെ കട്ടികൂടിയ അന്തരീക്ഷമാണ് ശുക്രന്റേത്. അതിലാകട്ടെ കാർബൺ ഡയോക്സൈഡ്, സൾഫ്യൂറിക് ആസിഡ് എന്നിവ നിറഞ്ഞിരിക്കുന്നു. ഈ വാതകങ്ങൾ ഒരു പുതപ്പുപോലെ പുറത്തേക്കു പോകുന്ന ചൂടിനെ തടുത്തുനിർത്തുന്നതിനാൽ ശുക്രന്റെ താപനില ബുധനിലേക്കാൾ

കൂടുതലാണ്. സൗരയൂഥഗ്രഹങ്ങളിൽ ഏറ്റവും ഉയർന്ന അന്തരീക്ഷ താപനില (470 ഡിഗ്രി സെന്റിഗ്രേഡ്) ശുക്രനിലാണ്.

നമുക്ക് വളരെ എളുപ്പത്തിൽ കാണാനും തിരിച്ചറിയാനും കഴിയുന്ന ഗ്രഹമാണ് ശുക്രൻ. ചില കാലങ്ങളിൽ സൂര്യാസ്തമയത്തിനു ശേഷം പടിഞ്ഞാറു ഭാഗത്തും മറ്റു ചില കാലങ്ങളിൽ സൂര്യോദയത്തിനു മുൻപ് കിഴക്കുഭാഗത്തും ഇതിനെ കാണാൻ കഴിയും. നഗ്നനേത്രങ്ങൾകൊണ്ട് നോക്കിയാൽ ഒരു നക്ഷത്രമായാണ് തോന്നുകയെങ്കിലും ചെറുദൂരദർശിനികളിൽ ചന്ദ്രക്കലയുടെ ആകൃതിയിൽ ഇത് തെളിഞ്ഞുകാണാം. നിരവധി ബഹിരാകാശ പേടകങ്ങൾ ശുക്രനിലെത്തി പഠനം നടത്തിയിട്ടുണ്ട്. ബുധനെ അപേക്ഷിച്ച് കുറച്ചുകൂടി മിനുസമുള്ളതാണ് ശുക്രന്റെ ഉപരിതലം. പുറത്തു നിന്നുവരുന്ന ഉൽക്കകളും മറ്റും അന്തരീക്ഷത്തിൽ വെച്ചുതന്നെ കത്തിത്തീർന്നുപോകുന്നതിനാൽ ഉപരിതലത്തിൽ വന്നുവീഴാത്തതായിരിക്കാം ഇതിനു കാരണം.

ഭൂമി (Earth)

ഭൂമി-ബഹിരാകാശത്തുനിന്ന്

ജീവജാലങ്ങളുടെ സാന്നിധ്യം കൊണ്ടു ശ്രദ്ധേയമായ ഒരു കൊച്ചു ഗ്രഹമാണ് ഭൂമി. ദ്രവ്യമാനത്തിന്റെ കാര്യത്തിൽ ഭൂമിയുടെ 3,33,000 ഇരട്ടിയുണ്ട് സൂര്യൻ.

വായുവും ജലവും ജീവജാലങ്ങളുമുള്ള ഭൂമി സദാ മാറ്റങ്ങൾക്കു വിധേയമായിക്കൊണ്ടിരിക്കുന്നു. അന്തരീക്ഷത്തിലെ പ്രകാശപ്രകീർണനം (Scattering) മൂലം ഒരു നീല ഗ്രഹമായിട്ടാണ് ഭൂമി പുറത്തുനിന്നു കാണപ്പെടുക. ഭൂമിയുടെ ഉപരിതലത്തിൽ 70 ശതമാനവും ജലമാണ്. എല്ലാ സമുദ്രവും ചേർത്തു കണക്കാക്കിയാൽ ശരാശരി 4 കിലോമീറ്റർ താഴ്ചയുണ്ടാകും.

അന്തരീക്ഷത്തിൽ 78 ശതമാനം നൈട്രജനും 21 ശതമാനം ഓക്സിജനുമാണ്. മറ്റെല്ലാ വാതകങ്ങളുംകൂടി ശേഷിക്കുന്ന ഒരു ശതമാനമേ വരൂ. സൂര്യനിൽനിന്നുള്ള അൾട്രാവയലറ്റ് കിരണങ്ങളെ അന്തരീക്ഷം, കൂറേക്കൂടി വ്യക്തമായി പറഞ്ഞാൽ സ്ട്രാറ്റോസ്ഫിയറിലെ (Stratosphere) ഓസോൺപാളി, തടയുന്നു. ഉൽക്കകൾ മിക്കവയും അന്തരീക്ഷത്തിൽ വച്ചുതന്നെ കത്തിപ്പോകുന്നതിനാൽ ഭൂമി സംരക്ഷിക്കപ്പെടുന്നു. കാലാവസ്ഥയെ കാര്യമായി സ്വാധീനിക്കുന്നതും ഈ അന്തരീക്ഷമാണ്.

ചന്ദ്രൻ (Moon)

ഭൂമിയുടെ ഏക ഉപഗ്രഹമാണ് ചന്ദ്രൻ. ഒരു കാലത്ത് സജീവ മായ അഗ്നിപർവ്വതങ്ങൾ ഉണ്ടായിരുന്ന ചന്ദ്രൻ ഇന്ന് പൊതുവെ നിർജീവമായ, അന്തരീക്ഷരഹിതമായ, സ്ഥലമാണ്. 1959-ൽ സോവിയറ്റ് യൂണിയന്റെ ലൂണ-2 എന്ന ബഹിരാകാശപേടകമാണ് ആദ്യമായി ചന്ദ്ര നിലെത്തിയത്. തുടർന്ന് സോവിയറ്റ് യൂണിയന്റെയും അമേരിക്കയുടെയും നിരവധി

പേടകങ്ങൾ ചന്ദ്രനിലെത്തി. 1969 ജൂലൈ 20-ന് അമേരിക്കൻ ബഹിരാകാശയാത്രികരായ നീൽ ആംസ്ട്രോങ്ങും എഡ്വിൻ ആൽഡ്രിനും ചന്ദ്രോപരിതലത്തിലിറങ്ങി ചരിത്രം സൃഷ്ടിച്ചു. 1969-നും 1972-നും ഇടയിൽ പലപ്പോഴായി 12 അമേരിക്കൻ ബഹിരാകാശയാത്രികർ ചന്ദ്രനിലിറങ്ങി. ബഹിരാകാശപേടകങ്ങളെ ചന്ദ്രനിലെത്തിച്ച് പഠനം നടത്താനായി ചന്ദ്രയാൻ എന്ന പേരിൽ ഒരു വൻപദ്ധതിക്ക് ഇന്ത്യയും തുടക്കമിട്ടിട്ടുണ്ട്.

എഡ്വിൻ ആൽഡ്രിൻ ചന്ദ്രോപരിതലത്തിൽ. നീൽ ആംസ്ട്രോങ് എടുത്ത ചിത്രം.

ചൊവ്വ (Mars)

ചൊവ്വ (Mars) - ഭൂമി കഴിഞ്ഞാൽപ്പിന്നെ മനുഷ്യൻ ഏറ്റവും വിശദമായി പഠിച്ചിട്ടുള്ള ഗ്രഹം ചൊവ്വയാണ്.

ഭാവനാശേഷിയുള്ള എഴുത്തുകാരുടെ നിറംപിടിപ്പിച്ച കഥകളിലൂടെ ഒട്ടേറെ ജനശ്രദ്ധ ആകർഷിച്ചിട്ടുള്ള ഒരു ഗ്രഹമാണ് ചൊവ്വ. അവിടെ പലതരത്തിലുള്ള ജീവജാലങ്ങളും ഉണ്ടെന്നായിരുന്നു പലരുടെയും ധാരണ. എന്നാൽ 1965-ൽ മാരിനർ 4 എന്ന പേടകം അവിടെ നടത്തിയ പര്യവേക്ഷണങ്ങളിലൂടെ മനസ്സിലായത് അത് പാറകളും പൊടിയും നിറഞ്ഞ, ജൈവസാന്നിധ്യമില്ലാത്ത ഒരു ഇടമാണെന്നാണ്. പക്ഷേ ഏതാണ്ട് 350 കോടി വർഷങ്ങൾക്കുമുൻപ് അവിടെ വൻവെള്ളപ്പൊക്കങ്ങൾ ഉണ്ടായതിന് തെളിവുണ്ട്. പക്ഷേ ഈ ജലം എവിടെനിന്നു വന്നുവെന്നോ എവിടേക്കുപോയെന്നോ കൃത്യമായി അറിയില്ല. വിവിധ ബഹിരാകാശപേടകങ്ങൾ ചൊവ്വയിലിറങ്ങി പഠനങ്ങൾ നടത്തിയിട്ടുണ്ടെങ്കിലും അവിടെ ജീവന്റെ ഏതെങ്കിലും രൂപങ്ങൾ നിലനിൽക്കുന്നതായി ഇതുവരെ തെളിയിക്കപ്പെട്ടിട്ടില്ല.

ചൊവ്വയുടെ മധ്യരേഖാപ്രദേശത്തുള്ള വൻഗർത്തം നല്ലൊരു കാഴ്ചയാണ്. ചൊവ്വയിലെ ഒളിമ്പസ് മോൻസ് എന്ന അഗ്നിപർവ്വതം സൗരയൂഥത്തിലെ ഏറ്റവും ഉയരമുള്ള പർവ്വതമാണ്. ചൊവ്വയ്ക്ക് ചുറ്റും വലയങ്ങളില്ല. എന്നാൽ രണ്ടു ചെറിയ ഉപഗ്രഹങ്ങളുണ്ട്. ഫോബോസും ഡീമോസും. ഗുരുത്വബലത്താൽ ഗോളാകൃതി കൈവരിക്കാനുള്ള വലിപ്പമുള്ളവയല്ല ഇവ രണ്ടും.

വ്യാഴം (Jupiter) - സൗരയൂഥത്തിലെ ഏറ്റവും വലിയ ഗ്രഹം

വ്യാഴം (Jupiter)

വലിപ്പത്തിന്റെ കാര്യത്തിൽ വ്യാഴമാണ് സൗരയൂഥഗ്രഹങ്ങളിൽ ഒന്നാമൻ. മറ്റെല്ലാ ഗ്രഹങ്ങളുടെയും ഉപഗ്രഹങ്ങളുടെയും ദ്രവ്യമാനം ചേർത്താലും

വ്യാഴത്തിന്റെ അത്ര വരില്ല. ഹൈഡ്രജനും ഹീലിയവും ചേർന്ന ഈ വാതകഭീമന് ആയിരം ഭൂമിയെ ഉൾക്കൊള്ളാനുള്ള വ്യാപ്തമുണ്ട്.

നഗ്നനേത്രങ്ങൾകൊണ്ടു നോക്കുമ്പോൾ നല്ല തെളിച്ചമുള്ള ഒരു നക്ഷത്രംപോലെ കാണപ്പെടുന്ന വ്യാഴത്തിനെ ഒരു ചെറുദൂരദർശിനിയിൽ കൂടി നോക്കിയാൽ ഒരു ചെറുഗോളമായി കാണാം. അതിന്റെ അന്തരീക്ഷത്തിലെ ചില വലയങ്ങളും അവ്യക്തമായി കാണാൻ കഴിയും. വ്യാഴത്തിന്റെ നാലു പ്രധാന ഉപഗ്രഹങ്ങളെയും (അയോ, യൂറോപ്പ, കാലിസ്റ്റോ, ഗാനിമീഡ്) വ്യാഴത്തിന്റെ സമീപത്തായി കാണാൻ കഴിയും. ഇവയിൽ ഗാനിമീഡ് സൗരയൂഥത്തിലെ ഉപഗ്രഹങ്ങളിൽ ഏറ്റവും വലുതാണ്.

വ്യാഴത്തിന് ചുരുങ്ങിയത് 63 ഉപഗ്രഹങ്ങളുണ്ട്. പ്രധാനപ്പെട്ട നാലെണ്ണം ഒഴികെ മറ്റെല്ലാം താരതമ്യേന ചെറുതാണ്. വ്യാഴത്തിന് ഒരു വലയം ഉള്ളതായി 1979-ൽ കണ്ടെത്തിയിട്ടുണ്ട്. ഇത് ഭൂമിയിലെ സാധാരണ ദൂരദർശിനികളിൽ ദൃശ്യമല്ല. വ്യാഴത്തിന്റെ ഉപരിതലത്തിൽ ഒരു വലിയ ചുവന്ന അടയാളം കാണപ്പെടുന്നുണ്ട്. ഇത് ഒരു വൻചുഴലിക്കാറ്റാണെന്നു കരുതപ്പെടുന്നു.

ശനി (Saturn)

വലിപ്പത്തിൽ വ്യാഴം കഴിഞ്ഞാൽ രണ്ടാംസ്ഥാനം ശനിക്കാണ്. നഗ്നനേത്രങ്ങൾ കൊണ്ട് എളുപ്പം കാണാവുന്ന ശനി ദൂരദർശിനികളിലൂടെ മനോഹരമായ ഒരു കാഴ്ചയാണ്. ശനിക്കു ചുറ്റുമുള്ള വൻ വലയങ്ങൾ ആണ് ഈ ചാരുത നൽകുന്നത്.

ശനി (Saturn) - വോയേജർ എടുത്ത ചിത്രം

ഭൂമിയേക്കാൾ 755 ഇരട്ടി വ്യാപ്തമുള്ള ശനിയിൽ പ്രധാനമായും വാതകരൂപത്തിലുള്ള ഹൈഡ്രജനും ഹീലിയവുമാണ്. അതിന്റെ അന്തരീക്ഷത്തിൽ എല്ലായ്പ്പോഴും ശക്തമായ കാറ്റുണ്ട്. ശനിയുടെ ഏറ്റവും വലിയ പ്രത്യേകത അതിനു ചുറ്റുമുള്ള വലയങ്ങളാണ്. ഗ്രഹത്തിന്റെ ഉപരിതലത്തിൽ നിന്ന് ലക്ഷക്കണക്കിന് കിലോമീറ്റർ ദൂരം വ്യാപിച്ചു കിടക്കുന്ന ഏഴ് പ്രധാന വലയങ്ങളുണ്ട്. വളരെ ചെറിയ തരികൾ മുതൽ മീറ്റർ കണക്കിന് വലിപ്പമുള്ള കട്ടകൾ വരെ ചേർന്നതാണ് ഈ വലയങ്ങൾ. ഇതിലെ പ്രധാന ഘടകം മഞ്ഞുകട്ടകളാണെന്ന് ഗവേഷകർ കണ്ടെത്തിയിട്ടുണ്ട്.

ശനിക്ക് 55 ൽ പരം ഉപഗ്രഹങ്ങൾ ഉണ്ട്. ഇതിൽ പ്രധാനിയായ ടൈറ്റൻ സൗരയൂഥത്തിലെ ഉപഗ്രഹങ്ങളിൽ രണ്ടാം സ്ഥാനക്കാരനാണ്. മറ്റുള്ളവരിൽ പ്രധാനികൾ ഇയാപെറ്റസ് (Iapetus), റിയ (Rhea), ഡയോനി (Dione), ടെഥിസ് (Tethys), മിമാസ് (Mimas), എൻസെലാഡസ് (Enceladus) തുടങ്ങിയവയാണ്.

യൂറാനസ് (Uranus)

നഗ്നനേത്രങ്ങൾക്ക് എളുപ്പം ദൃശ്യമല്ലാത്ത ഈ ഗ്രഹം വില്യം ഹെർഷൽ (William Hershel) 1781 ൽ സ്വന്തം ദൂരദർശിനി ഉപയോഗിച്ചാണ് കണ്ടെത്തിയത്. സാമാന്യം വലുതാണെങ്കിലും വളരെ അകലെയായതിനാൽ ചെറുദൂരദർശിനികൾ ഉപയോഗിച്ചാലും യുറാനസിനെ വ്യക്തതയോടെ കാണാൻ കഴിയില്ല.

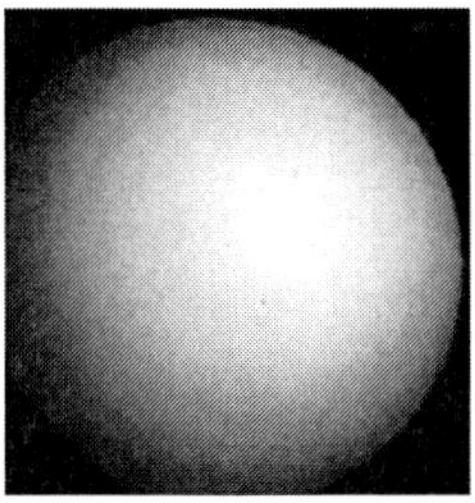

യൂറാനസ് (Uranus) - ദൂരദർശിനി ഉപയോഗിച്ച് വില്യം ഹെർഷെൽ 1781-ൽ കണ്ടെത്തിയ ഗ്രഹം

യൂറാനസിന്റെ അന്തരീക്ഷത്തിൽ പ്രധാനമായും ഹൈഡ്രജനും ഹീലിയവും തന്നെയാണ്. പക്ഷേ കുറച്ചു മീഥേനും ജലവും അമോണിയയും ഉണ്ട്. സൂര്യപ്രകാശത്തിലെ ചുവപ്പ് മീഥേൻ ആഗിരണം ചെയ്യുന്നതിനാൽ യൂറാനസ് പച്ചയും നീലയും ചേർന്ന നിറത്തിൽ കാണപ്പെടുന്നു. യൂറാനസിന്റെ ദ്രവ്യമാനത്തിന്റെ എൺപതുശതമാനവും ഐസ് രൂപത്തിലുള്ള ജലം, മീഥേൻ, അമോണിയ ഇവ ചേർന്നതാണ്.

യൂറാനസിന് അറിയപ്പെടുന്ന 27 ഉപഗ്രഹങ്ങളുണ്ട്. ഇവയിൽ മിരാൻഡ, ഏരിയൽ, അംബ്രിയേൽ, ടൈറ്റാനിയ, ഒബെറോൺ എന്നിവ സാമാന്യം വലിപ്പമുള്ളവയാണ്.

നെപ്ട്യൂൺ (Neptune)

നെപ്ട്യൂൺ സൗരയൂഥത്തിലെ ഗ്രഹങ്ങളിൽ ഏറ്റവും അകലെയുള്ളതാണ്. ഇതിൽനിന്ന് സൂര്യനിലേക്കുള്ള ശരാശരി ദൂരം 450 കോടി കിലോമീറ്റർ വരും. മറ്റു ഗ്രഹങ്ങളുടെ ചലനങ്ങളിൽ നിന്നും ഇതിന്റെ സ്ഥാനം ഗണിച്ചെടുത്തതിനുശേഷം ഇത് 1846-ൽ ദൂരദർശിനിയിലൂടെ കണ്ടെത്തുകയായിരുന്നു. വളരെ അകലെ ആയതിനാൽ നെപ്ട്യൂൺ ഒരു തവണ സൂര്യനെ ചുറ്റിവരാൻ 165 വർഷമെടുക്കും.

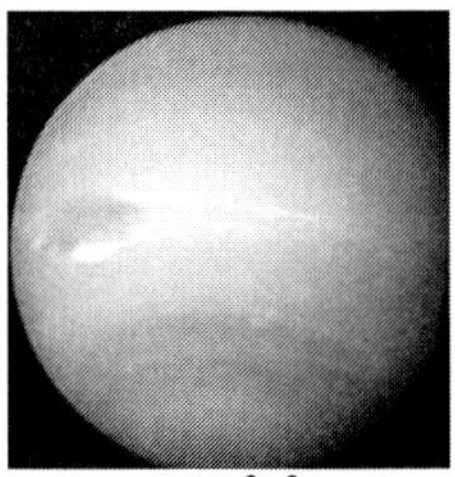

സൗരയൂഥത്തിൽ ഏറ്റവും അകലെയുള്ള ഗ്രഹം. ഇതിന്റെ അസ്തിത്വം ന്യൂട്ടന്റെ നിയമങ്ങൾ ഉപയോഗിച്ച് പ്രവചിച്ചശേഷം ദൂരദർശിനിവഴി കണ്ടെത്തുകയായിരുന്നു.

നെപ്ട്യൂണിന്റെ അന്തരീക്ഷത്തിൽ മീഥേൻ കൂടാതെ നമുക്ക് ഇതുവരെ മനസ്സിലാക്കാൻ കഴിഞ്ഞിട്ടില്ലാത്ത മറ്റു ഘടകങ്ങളും ഉണ്ട്. അതിനാൽ നെപ്ട്യൂണിന്റെ നീലനിറം മുഴുവനായും വിശദീകരിക്കാൻ കഴിഞ്ഞിട്ടില്ല. ഭൂമിയുടെ 17 ഇരട്ടി ദ്രവ്യമാനമുള്ള ഈ ഗ്രഹം മുഖ്യമായും വാതക നിർമിതമാണ്. അതിന്റെ കാമ്പ് ഏതാണ്ട് ഭൂമിയുടെ വലിപ്പമുള്ള ഖരവസ്തുവാണ്.

ഈ ഗ്രഹത്തിനുചുറ്റും ആറു വലയങ്ങളുണ്ട്. എന്നാൽ ഇവ സാധാരണ ദൂരദർശിനികൾ ഉപയോഗിച്ച് കാണാൻ മാത്രം കട്ടിയുള്ളവയല്ല. നെപ്ട്യൂണിന് ചുരുങ്ങിയത് 13 ഉപഗ്രഹങ്ങളുണ്ട്.

ഇതിൽ പ്രധാനി ട്രൈറ്റനാണ്.

വാമനഗ്രഹങ്ങൾ (dwarf planets)

സൂര്യനെ ചുറ്റുന്നതും താരതമ്യേന വലിപ്പം കുറഞ്ഞതുമായ ആകാശ ഗോളങ്ങളെയാണ് വാമനഗ്രഹങ്ങളുടെ പട്ടികയിൽ പെടുത്തിയിരിക്കുന്നത്. 2006-ൽ നൽകിയ പുതിയ നിർവചനം അനുസരിച്ച് അതുവരെ ഗ്രഹമായി കണക്കാക്കപ്പെട്ടിരുന്ന പ്ലൂട്ടോവിനെ വാമനഗ്രഹപ്പട്ടികയിലേക്കു മാറ്റി.

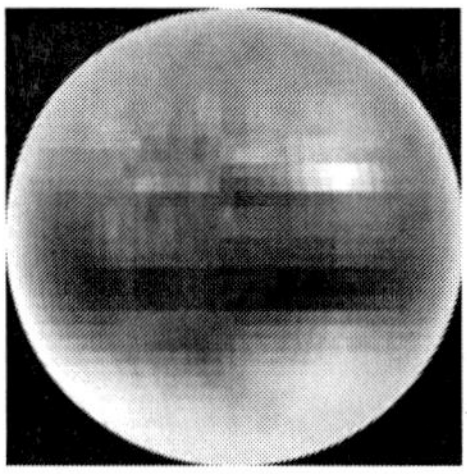

പ്ലൂട്ടോ (Pluto) - 2006 വരെ ഗ്രഹമായി കണക്കാക്കപ്പെട്ടിരുന്ന പ്ലൂട്ടോവിനെ പിന്നീട് വാമനഗ്രഹങ്ങളുടെ (dwarf planets) പട്ടികയിൽ പെടുത്തി

1930-ലാണ് പ്ലൂട്ടോ കണ്ടുപിടിക്കപ്പെട്ടത്. വളരെ ശക്തിയുള്ള ദൂരദർശിനികളിലൂടെ മാത്രമേ പ്ലൂട്ടോ ദൃശ്യമാകൂ. ദീർഘവൃത്താകൃതിയിലുള്ള പഥത്തിലൂടെ സഞ്ചരിക്കുന്ന പ്ലൂട്ടോ 248 വർഷം കൊണ്ട് സൂര്യനെ ഒരാവൃത്തി ചുറ്റിവരും. അതിൽ കുറച്ചുകാലം നെപ്ട്യൂണിന്റെ സഞ്ചാരപഥത്തിനുള്ളിലായിരിക്കും ഇതിന്റെ സ്ഥാനം. പ്ലൂട്ടോവിന് കെയ്റെൻ (Charon) എന്ന ഒരു വലിയ ഉപഗ്രഹവും നിക്സ് (Nix), ഹൈഡ്ര (Hydra) എന്നീ ചെറു ഉപഗ്രഹങ്ങളും ഉണ്ട്.

ചൊവ്വയ്ക്കും വ്യാഴത്തിനും ഇടയിലുള്ള ക്ഷുദ്രഗ്രഹങ്ങളിൽ (asteroids) പ്രധാനിയായ സെറെസ് (Ceres) ആണ് വാമനഗ്രഹങ്ങളിൽ സൂര്യനോട് ഏറ്റവും അടുത്തുകിടക്കുന്നത്. 1801-ലാണ് സെറെസ് കണ്ടുപിടിക്കപ്പെട്ടത്.

2005-ൽ കണ്ടുപിടിക്കപ്പെട്ട് 2006-ൽ സ്ഥിരീകരിക്കപ്പെട്ട ഈറിസ് (Eris) എന്ന വാമനഗ്രഹം പ്ലൂട്ടോവിനേക്കാൾ വലുതാണ്. ഡിസ്നോമിയ (Dysnomia) എന്ന പേരിൽ ഒരു ഉപഗ്രഹവും ഇതിനുണ്ട്. വാമനഗ്രഹപ്പട്ടികയിൽ സ്ഥാനാർഥികളായി വേറെയും ആകാശഗോളങ്ങളുണ്ട്.

ലഘുഗ്രഹങ്ങൾ (asteroids)

ചൊവ്വക്കും വ്യാഴത്തിനും ഇടയിലുള്ള പ്രദേശത്ത് ഏതൊരു ഗ്രഹത്തേക്കാളും വലിപ്പം കുറഞ്ഞ കുറേ വസ്തുക്കൾ സൂര്യനെ ഭ്രമണം ചെയ്യുന്നതായി കണ്ടെത്തിയിട്ടുണ്ട്. ഇവയ്ക്ക് പൊതുവേ ലഘുഗ്രഹങ്ങൾ (asteroids) എന്നാണ് പേര്. ഇവയിൽ പ്രധാനിയായ സെറെസ് (Ceres) വാമനഗ്രഹങ്ങളുടെ (dwarf planets) ഗണത്തിൽപെടും. ഇതിന്റെ വ്യാസം 900 കിലോമീറ്ററിനു മുകളിലാണ്. ഇതുകൂടാതെ വെസ്റ്റയും (Vesta) സാമാന്യം വലിപ്പമുള്ള ഒന്നാണ്. മറ്റുള്ളവയെല്ലാം താരതമ്യേന ചെറുതാണ്. മിക്കവയും ഏതാനും കിലോമീറ്റർ വരെ മാത്രം വലിപ്പമുള്ള ശിലാഖണ്ഡങ്ങളാണ്. ഇവയുടെ മൊത്തം എണ്ണമെടുത്താൽ ദശലക്ഷങ്ങൾ വരും. ഈ ലഘുഗ്രഹങ്ങളിൽ ചിലത് ചൊവ്വയുടെയോ വ്യാഴത്തിന്റെയോ ഗുരുത്വാകർഷണത്താൽ പതിവുഭ്രമണപഥത്തിൽ നിന്ന് വ്യതിചലിക്കാറുണ്ട്. ഇവയിൽ പലതും അപൂർവമായി മറ്റു ഗ്രഹങ്ങളിൽ

ചെന്ന് പതിക്കാറുമുണ്ട്. ഗ്രഹങ്ങളുടെ പരിണാമചരിത്രത്തിൽ ഇതിന് വലിയ പങ്കുണ്ട്.

ധൂമകേതുക്കൾ

സൗരയൂഥം ഉണ്ടായകാലത്ത് ബാക്കിവന്ന വസ്തുക്കളാണത്രേ ധൂമകേതുക്കളായി കറങ്ങുന്നത്. ഇവയെ പൊതുവെ രണ്ടിനങ്ങളാക്കി തിരിക്കാം.

ഹാലിയുടെ ധൂമകേതു

സൂര്യനെ ചുറ്റിവരാനുള്ള കാലം ഏതാണ്ട് 200 വർഷത്തിൽ താഴെവരുന്ന ധൂമകേതുക്കൾ ആദ്യഗണത്തിൽപെടും. നെപ്ട്യൂണിനപ്പുറത്ത് കൂപ്പർബെൽറ്റ് എന്നറിയപ്പെടുന്ന വലയത്തിൽ നിന്നാണ് ഇവയുടെ തുടക്കം. ഇവിടെയുള്ള വസ്തുക്കളിൽ ചിലത് ഗുരുത്വാകർഷണബലത്താൽ അവിടെ നിന്നു വിട്ടുപോരുകയും സൂര്യനെ ചുറ്റുകയും ചെയ്യും. സൂര്യന്റെ അടുത്തെത്തുമ്പോൾ ഇവയിലെ ഐസും മറ്റും ഉരുകുകയും ആവിയാകുകയും ഒരു 'വാൽ'രൂപപ്പെടുകയും ചെയ്യും. സൗരക്കാറ്റിനാൽ സൂര്യന്റെ എതിർദിശയിലുണ്ടാകുന്ന ഈ വാലാണ് അതിന് വാൽനക്ഷത്രം എന്ന പേരു നൽകുന്നത്. ധൂമകേതു സൂര്യനിൽ നിന്ന് അകലുന്നതോടെ ഈ വാൽ നഷ്ടപ്പെടുകയും ചെയ്യും. ഓരോ തവണ സൂര്യന്റെ അടുത്തെത്തുമ്പോഴും ധൂമകേതുവിന് കുറച്ചു ദ്രവ്യം നഷ്ടപ്പെടും. സൂര്യനിലേക്കോ മറ്റു ഗ്രഹങ്ങളിലേക്കോ ഇടിച്ചിറങ്ങുകയെന്നതും അപൂർവമായി സംഭവിക്കാറുണ്ട്. ഏതായാലും ധൂമകേതുവിന് പൊതുവെ ആയുസ്സുകുറവാണ്.

രണ്ടാമത്തെ ഗണത്തിൽ പെടുന്നവ സൂര്യനിൽനിന്ന് വളരെ അകലെ സ്ഥിതിചെയ്യുന്ന ഊർട്ട് മേഘത്തിൽ (Oort cloud) നിന്നാണ് രൂപമെടക്കുന്നത്. ധൂമകേതുക്കളാകാൻ സാധ്യതയുള്ള ശതകോടിക്കണക്കിന് ചെറുവസ്തുക്കൾ ഊർട്ട്മേഘത്തിലുണ്ട്. സൂര്യനിൽനിന്ന് ഭൂമിയിലേക്കുള്ള ദൂരത്തിന്റെ 5000 മുതൽ 10,000 വരെ മടങ്ങ് ദൂരത്തിലാണ് ഇവ. സൂര്യന്റെ ആകർഷണം അവിടെ വളരെ കുറവായിരിക്കും. ഇവിടെയുള്ള വസ്തുക്കൾ സാധാരണഗതിയിൽ നൂറുകണക്കിന് കോടി വർഷങ്ങൾ അവിടെത്തന്നെ നിലകൊള്ളും. പക്ഷേ വല്ലപ്പോഴും ഇവയിൽ ചിലത് സൂര്യന്റെയോ മറ്റു നക്ഷത്രങ്ങളുടെയോ ഗുരുത്വബലത്താൽ അവിടം വിട്ട് സൗരയൂഥത്തിന്റെ അന്തർഭാഗത്തേക്ക് പ്രയാണം ആരംഭിക്കും. ഇവ സൂര്യനോട് അടുക്കുന്നതനുസരിച്ച് വാൽനക്ഷത്രത്തിന്റെ രൂപമെടുക്കും.ഇവയെല്ലാം വളരെ നീണ്ട ഭ്രമണകാലമുള്ളവയായിരിക്കും. അതിനാൽത്തന്നെ ഒരു തവണ വന്നുപോയതിനെ പിന്നീടു കണ്ടിട്ടില്ല.

*

4

മഹാപ്രപഞ്ചം ആഴവും പരപ്പും

ഭൂമിയും അതിനെ ചുറ്റുന്ന സൂര്യചന്ദ്രാദികളും നക്ഷത്രങ്ങളുമാണ് പ്രപഞ്ചമെന്ന ധാരണയാണ് ഒരുകാലത്ത് മനുഷ്യർക്കുണ്ടായിരുന്നത്. സൂര്യനാണ് പ്രപഞ്ചകേന്ദ്രമെന്നായിരുന്നു പിന്നീട് കരുതപ്പെട്ടത്. അപ്പോഴും രാത്രിയിൽ മിന്നിത്തിളങ്ങുന്ന 'കൊച്ചു നക്ഷത്ര വിളക്കുകൾ'ക്ക് വലിയ പ്രാധാന്യം കല്പിക്കപ്പെട്ടിരുന്നില്ല. എന്നാൽ ആകാശത്തുകാണുന്ന നക്ഷത്രങ്ങൾ സൂര്യനെപ്പോലെ ഉജ്ജ്വലശോഭയുള്ള ഗോളങ്ങളാണെന്ന് ന്യൂട്ടൻ ഊഹിച്ചു. അവ സൂര്യനെ അപേക്ഷിച്ച് വളരെയധികം ദൂരെ ആയതുകൊണ്ടുമാത്രമാണ് തിളങ്ങുന്ന കൊച്ചു വിളക്കുകൾ ആയി കാണുന്നതെന്നും ന്യൂട്ടൺ സമർത്ഥിച്ചു. അവയുടെ കാന്തിമാനത്തെ സൂര്യന്റെ കാന്തിമാനവുമായി താരതമ്യം ചെയ്ത് നക്ഷത്രങ്ങളിലേക്കുള്ള ഏകദേശദൂരവും അദ്ദേഹം കണക്കാക്കി. ഭൂമിയിൽ നിന്ന് സൂര്യനിലേക്കുള്ള ദൂരത്തിന്റെ (ഇതാണ് അസ്ട്രോണമിക്കൽ യൂണിറ്റ്) ദശലക്ഷം മടങ്ങുവരും പ്രമുഖ നക്ഷത്രങ്ങളിലേക്കുള്ള ദൂരം എന്നായിരുന്നു ന്യൂട്ടന്റെ ഊഹക്കണക്ക്. ഇത് ഏറെക്കുറെ ശരിയായിരുന്നു. പ്രപഞ്ചത്തിന്റെ വലിപ്പത്തെ സംബന്ധിച്ചുള്ള ഒരു വലിയ കണ്ടെത്തലായിരുന്നു ഇത്.

നക്ഷത്രങ്ങളിലേക്കുള്ള ദൂരം നേരിട്ടളക്കാൻ പിന്നെയും ഏറെക്കാലം കാത്തിരിക്കേണ്ടി വന്നു. കൃത്യതയുള്ള ദൂരദർശിനികളും ഫോട്ടോഗ്രാഫിയും രംഗത്തെത്തിയതോടെയാണ് ഇതു സാധ്യമായത്. താരതമ്യേന സമീപസ്ഥമായ നക്ഷത്രങ്ങളിലേക്കുള്ള ദൂരമളക്കാൻ ഉപയോഗിക്കുന്നത് ലംബനരീതി (parallax method) ആണ്. ത്രികോണമിതിയിലെ ഈ രീതി സർവേയർമാർക്കും പരിചിതമാണ്. നല്ല അകലത്തിലുള്ള രണ്ടു സ്ഥലങ്ങളിൽനിന്ന് ഒരേ നക്ഷത്രത്തെ നിരീക്ഷിക്കുക. രണ്ടിടത്തുനിന്നുമുള്ള കാഴ്ചകൾ കുറച്ചു വ്യത്യസ്തമായിരിക്കും. ഒരാൾ

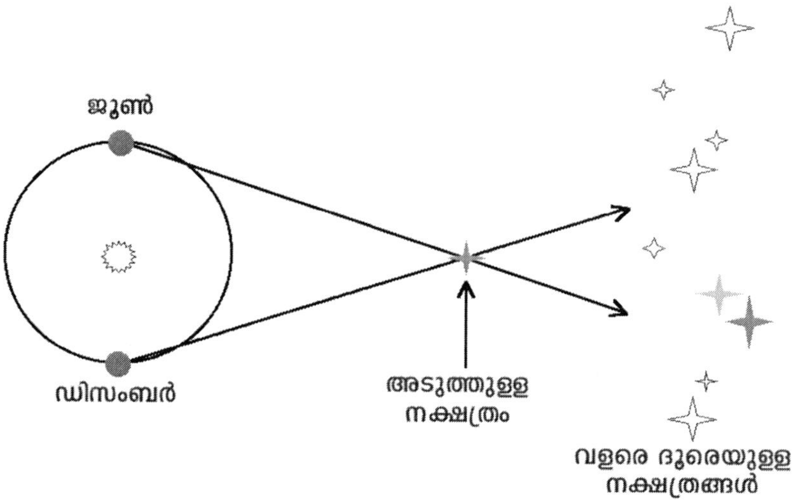

ഒരു വസ്തുവിനെ നോക്കുമ്പോൾ അയാളുടെ ഇടതും വലതും കണ്ണുകളിൽ പതിയുന്ന ചിത്രങ്ങൾ കുറച്ചു വ്യത്യസ്തമായിരിക്കും. ഈ വ്യത്യാസത്തിൽനിന്നാണ് ആ വസ്തുവിലേക്കുള്ള ദൂരത്തെക്കുറിച്ചുള്ള വിവരം തലച്ചോറിനു കിട്ടുന്നത്. ഇതിനു സമാനമാണ് ജ്യോതിശ്ശാസ്ത്രത്തിലെ കാര്യവും. രണ്ടിടത്തുനിന്ന് ഒരേ നക്ഷത്രത്തെ നിരീക്ഷിച്ചാൽ കാണുന്ന കോണളവിൽ ചെറിയ വ്യത്യാസമുണ്ടാകും. ഈ രണ്ടു സ്ഥലങ്ങൾ തമ്മിലുള്ള ദൂരം (baseline length) അറിയാമെങ്കിൽ നക്ഷത്രങ്ങളിലേക്കുള്ള ദൂരം കണക്കാക്കാം. ഭൂമിയിൽനിന്ന് ആറുമാസം ഇടവിട്ട് എടുക്കുന്ന ചിത്രങ്ങളിലൂടെ ഇങ്ങനെ ദൂരം കണ്ടു പിടിക്കാം. ഭൂമിയുടെ പരിക്രമണപഥത്തിൽ ഒരിടത്തുനിന്ന് നേരെ എതിരെയുള്ള ബിന്ദുവരെ എത്താൻവേണ്ട സമയമാണല്ലോ ആറുമാസം. താരതമ്യേന അടുത്തുള്ള നക്ഷത്രങ്ങളിലേക്കുള്ള ദൂരം മാത്രമേ ഇങ്ങനെ കാണാൻ കഴിയൂ. നക്ഷത്രങ്ങളിലേക്കുള്ള ദൂരം സൂചിപ്പിക്കാൻ ഉപയോഗിക്കുന്ന യൂണിറ്റുകളിൽ മനസ്സിലാക്കാൻ ഏറ്റവും ലളിതം പ്രകാശവർഷമാണ്. ഒരു സെക്കന്റിൽ മൂന്നു ലക്ഷം കിലോമീറ്റർ എന്ന നിരക്കിൽ പ്രകാശം ഒരു വർഷംകൊണ്ട് സഞ്ചരിക്കുന്ന ദൂരമാണ് ഒരു പ്രകാശവർഷം. ഇത് ഏതാണ്ട് പത്തുലക്ഷം കോടി കിലോമീറ്റർ വരും. നമ്മുടെ ഏറ്റവും അടുത്തുള്ള നക്ഷത്രം പ്രോക്സിമസെന്റോറി നാലു പ്രകാശവർഷം അകലെയാണ്. രാത്രി ആകാശത്തുകാണുന്ന ഏറ്റവും പ്രകാശമുള്ള നക്ഷത്രമായ സിറിയസ് എട്ടു പ്രകാശവർഷം അകലെയാണ്.

സൂര്യനും അതിനേക്കാൾ ചെറുതും വലുതുമായ കോടിക്കണക്കിനു നക്ഷത്രങ്ങളുംചേർന്ന ഒരു വൻ നക്ഷത്രസമൂഹമാണ് ക്ഷീരപഥം എന്ന നമ്മുടെ ഗാലക്സി. ആദ്യകാലത്ത് മനുഷ്യർ ധരിച്ചിരുന്നത് സൂര്യൻ

ഇതിന്റെ കേന്ദ്രസ്ഥാനത്തു സ്ഥിതിചെയ്യുന്നതായാണ്. സൗരയൂഥത്തിലിരുന്ന് നിരീക്ഷണങ്ങൾ നടത്തുമ്പോൾ അങ്ങനെ തോന്നുക സ്വാഭാവികമാണ്. വിവിധ ദിശകളിലുള്ള നക്ഷത്രങ്ങളുടെ ദൂരവും മറ്റും വിശദമായി അളന്നു മാപ്പ് തയ്യാറാക്കിയപ്പോൾ ഈ ധാരണ മാറി. നമ്മുടെ ഗാലക്സിയുടെ കേന്ദ്രത്തിൽനിന്ന് ഏതാണ്ട് മുപ്പതിനായിരം പ്രകാശവർഷം അകലെയാണ് സൂര്യന്റെ സ്ഥാനം. ഈ സ്ഥാനത്തിന് എടുത്തു പറയത്തക്ക മറ്റു പ്രാധാന്യമൊന്നുമില്ല.

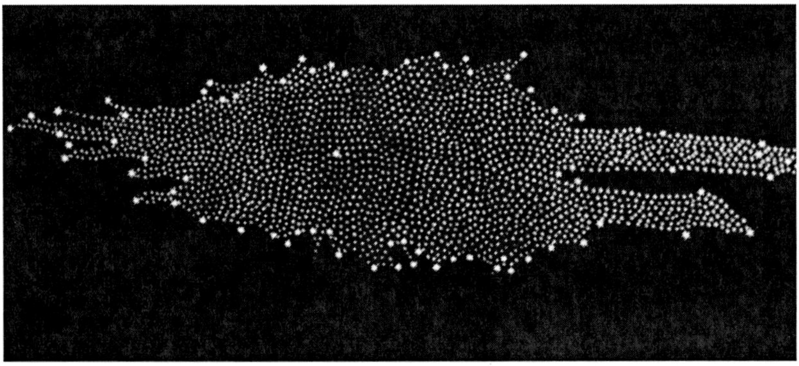

നമ്മുടെ ഗാലക്സിയായ ആകാശഗംഗയുടെ ചിത്രം - വില്യം ഹെർഷലിന്റെ നിരീക്ഷണങ്ങൾ അനുസരിച്ച്. ഈ ചിത്രത്തിന് പിന്നീട് മാറ്റം വന്നിട്ടുണ്ട്.

ഈ ഗാലക്സിയുടെ കേന്ദ്രത്തിനു ചുറ്റും സൂര്യൻ ഭ്രമണം ചെയ്യുന്നുണ്ട്. ഒന്നു ചുറ്റി വരാൻ ഏതാനും ദശലക്ഷം വർഷം എടുക്കും. ഇതു വെച്ച് ഈ ഭ്രമണപഥത്തിനകത്തുള്ള എല്ലാ നക്ഷത്രങ്ങളുടെയും മൊത്തം ദ്രവ്യമാനം കണക്കാക്കാൻ കഴിയും. ഇങ്ങനെ കണക്കാക്കുമ്പോൾ സൂര്യന്റെ ദ്രവ്യമാനത്തിന്റെ 15000 കോടി ഇരട്ടി എന്നു കിട്ടും. അതായത് നക്ഷത്രങ്ങളെല്ലാം സൂര്യനെപ്പോലെയുള്ളവയാണെങ്കിൽ അത്രയും സൂര്യന്മാർ ഉണ്ടാകും. പക്ഷേ ശരാശരി നക്ഷത്രങ്ങൾ സൂര്യനേക്കാൾ ചെറുതാണ്. അതിനാൽ നക്ഷത്രങ്ങളുടെ എണ്ണം ഇതിലും കൂടുതലായിരിക്കണം. സൂര്യന്റെ ഭ്രമണപഥത്തിനകത്തുള്ള നക്ഷത്രങ്ങളുടെ എണ്ണമാണ് ഇത്. നമ്മുടെ ഗാലക്സിയിൽത്തന്നെ സൂര്യന്റെ ഭ്രമണപഥത്തിനു പുറത്തുള്ള നക്ഷത്രങ്ങളുടെ എണ്ണം അത്രയും കൃത്യമായി നമുക്കറിയില്ല. ഏകദേശകണക്ക് ഇപ്രകാരമാണ്: നമ്മുടെ ഗാലക്സിയുടെ വ്യാസം ഏകദേശം ഒരു ലക്ഷം പ്രകാശവർഷം. നക്ഷത്രങ്ങളുടെ എണ്ണം ഏതാണ്ട് അറുപതിനായിരം കോടി.

പ്രപഞ്ചത്തിൽ എത്ര ഗാലക്സികളുണ്ട്? എണ്ണിയാലൊടുങ്ങാത്തത്ര എന്നതാണ് പെട്ടെന്ന് മനസ്സിൽ വരുന്ന ഉത്തരം. എന്നാൽ ഇത് പരോക്ഷമായി എണ്ണിനോക്കിയിട്ടുണ്ട്. ഇതിനുള്ള ഒരു വഴി ബഹിരാകാശത്തെ ശക്തിയേറിയ ദൂരദർശിനികൾ ഉപയോഗിക്കുക എന്നതാണ്. ബഹിരാ

ആകാശത്തിലെ വളരെ ചെറിയ ഒരു ഭാഗത്തിന്റെ ചിത്രം - ഹബിൾ സ്പേസ് ടെലിസ്കോപ്പ് ഉപയോഗിച്ച് എടുത്തത് - വിവിധ ഇനങ്ങളിൽപ്പെട്ട ധാരാളം ഗാലക്സികളെ ഇതിൽ കാണാം.

കാശ ദൂരദർശിനികളിൽ പ്രധാനിയായ ഹബിൾ ടെലിസ്കോപ്പിലെ ക്യാമറയിൽ ആകാശത്തിന്റെ വളരെ ചെറിയ ഒരു ഭാഗം മാത്രമാണ് ഒരു സമയത്ത് ദൃശ്യമാവുക. ഇതുപയോഗിച്ച് ആകാശത്തിന്റെ മുഴുവൻ ചിത്രം എടുക്കണമെങ്കിൽ 27 ദശലക്ഷം ഫ്രെയിമുകൾ വേണം. ഇത്രയും ചിത്രങ്ങൾ എടുത്തു പരിശോധിക്കുക പ്രായോഗികമല്ല. എന്നാൽ നമുക്കു മനസ്സിലായിട്ടുള്ള ഒരു കാര്യം ഹബിൾ ദൂരദർശിനിയുടെ ഓരോ ഫ്രെയിമിലും ഏതാണ്ട് 3000 ഗാലക്സി വീതം കാണപ്പെടുന്നുവെന്നതാണ്. ഇനി ഒന്നു കണക്കുകൂട്ടി നോക്കുക. ഇന്നത്തെ നമ്മുടെ ദൂരദർശിനികൾ ഉപയോഗിച്ചുതന്നെ 8000 കോടിയിലധികം ഗാലക്സികളുടെ ചിത്രമെടുക്കാൻ കഴിയും. കൂടുതൽ ശക്തിയുള്ള ദൂരദർശിനികൾ ഭാവിയിൽ ഉണ്ടാകുമ്പോൾ ഈ എണ്ണം ഇനിയും വർദ്ധിക്കും. അപ്പോൾ യഥാർത്ഥത്തിൽ പ്രപഞ്ചത്തിൽ എത്ര ഗാലക്സികളുണ്ടാവും? ഇതിന് ഒരു അന്തമുണ്ടോ? അതോ ഗാലക്സികളുടെ നിര അനന്തമാണോ? ഇതിനുള്ള ഉത്തരം അടുത്തകാലത്താണ് നമുക്ക് കിട്ടിയത്. ഇന്ന് പൊതുവെ അംഗീകരിക്കുന്ന ഉത്തരം ഇതാണ്; പ്രപഞ്ചം അനന്തമാണ്. ഗാലക്സികളുടെ എണ്ണവും തിട്ടപ്പെടുത്താനാവില്ല. നക്ഷത്രങ്ങളുടെ കാര്യവും അതുതന്നെ. പക്ഷേ നമുക്ക് ദൃശ്യമായ പ്രപഞ്ചം അനന്തമല്ല. പരിമിതമാണ്. എന്നാൽ, അതിന്റെ വലിപ്പംതന്നെ നമുക്ക് തലചുറ്റൽ വരുത്താൻ പാകത്തിലുള്ളതാണ്. എണ്ണായിരം കോടിയിലധികം ഗാലക്സികൾ. ഓരോ ഗാലക്സിയിലും പതിനായിരക്കണക്കിന് കോടി നക്ഷത്രങ്ങൾ. ഇതിൽ ഒരു നക്ഷത്രം സൂര്യൻ. അതിനെ ചുറ്റുന്ന ഒരു ചെറുഗ്രഹം ഭൂമി.

*

5

ന്യൂട്ടൺ മുതൽ ഐൻസ്റ്റൈൻ വരെ

ആദിമകാലം മുതലേ കവികളും കലാകാരന്മാരും ഋഷിമാരും പുരോഹിതവർഗവും ഒക്കെ പ്രപഞ്ചത്തിന്റെ സത്തയെക്കുറിച്ച് രസകരമായ ആശയങ്ങൾ മുന്നോട്ടുവെച്ചിട്ടുണ്ട്. എന്നാൽ പ്രപഞ്ചഘടനയെക്കുറിച്ച് ശാസ്ത്രീയമായി മനസ്സിലാക്കാൻ ആവശ്യമായ ശക്തമായ രീതികൾ രംഗത്തുവന്നത് യൂറോപ്പിലുണ്ടായ ശാസ്ത്രീയവിപ്ലവത്തോടെയാണ്. ഇത് നയിച്ചത് ഗലീലിയോ, ന്യൂട്ടൺ തുടങ്ങിയ മഹാപ്രതിഭകളും. വിശ്വവിജ്ഞാനീയത്തിന് (cosmology) ഒരടിത്തറ ഉണ്ടാക്കിയത് ന്യൂട്ടനാണ്.

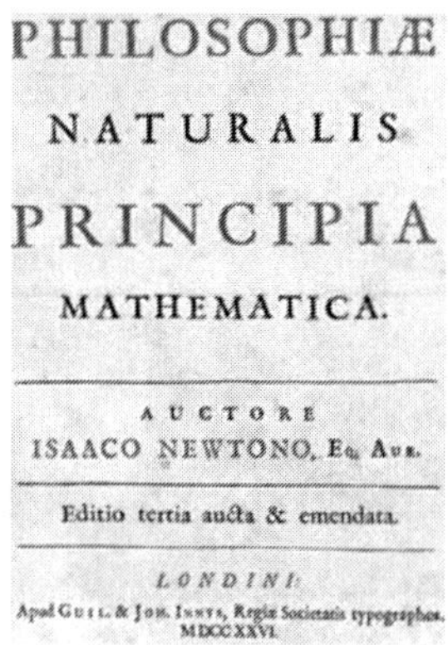

1687-ൽ പ്രസിദ്ധീകരിക്കപ്പെട്ട ഐസക് ന്യൂട്ടന്റെ പ്രശസ്തമായ 'പ്രിൻസിപ്പിയ മാത്തമാറ്റിക്ക'യുടെ കവർ ചിത്രം. ന്യൂട്ടന്റെ ചലനനിയമങ്ങൾ ഇതിലൂടെയാണ് ലോകം മനസിലാക്കിയത്.

ഐസക് ന്യൂട്ടന്റെ ഗുരുത്വാകർഷണനിയമമനുസരിച്ച് പ്രപഞ്ചത്തിലെ എല്ലാ വസ്തുക്കളും പരസ്പരം ആകർഷിക്കുന്നു. ഈ ആകർഷണം അവയുടെ ദ്രവ്യമാനത്തിന് നേർ അനുപാതത്തിലും ദൂരത്തിന്റെ വർഗ്ഗത്തിന് വിപരീതാനുപാതത്തിലുമായിരിക്കും. ഈ നിയമം ഉപയോഗിച്ച് മരത്തിൽനിന്ന് ആപ്പിൾ താഴെ വീഴുന്നതുമുതൽ ചന്ദ്രൻ ഭൂമിയെയും ഗ്രഹങ്ങൾ സൂര്യനെയും വലംവയ്ക്കുന്നതുവരെയുള്ള നിരവധി കാര്യങ്ങൾ ഒറ്റയടിക്കു വിശദീകരിക്കാം. മററു നക്ഷത്രങ്ങളും സൂര്യനെപ്പോലെയുള്ള തേജോഗോളങ്ങളാണെന്ന് ന്യൂട്ടന് അറിയാമായിരുന്നു. ഈ ആകാശഗോളങ്ങൾ തമ്മിൽ ആകർഷണം മാത്രമേയുള്ളൂ. വികർഷണം ഇല്ല. അങ്ങനെ

യെങ്കിൽ അവ സ്ഥിരതയോടെ എങ്ങനെ നിലനിൽക്കും. ഐസക് ന്യൂട്ടന്റെ മനസ്സിനെ ഏറെ മഥിച്ച ഒരു ചോദ്യമായിരുന്നു ഇത്.

പ്രശ്നം ഇതാണ്; ഏതെങ്കിലും രണ്ടു നക്ഷത്രങ്ങളുടെ കാര്യം എടുക്കുക. സാധാരണഗതിയിൽ നക്ഷത്രങ്ങൾ തമ്മിൽ വലിയ അകലം ഉണ്ടായിരിക്കും. എന്നാൽ അവ തമ്മിൽ ചെറുതെങ്കിലും അവഗണിക്കാനാവാത്ത ഒരു ആകർഷണബലം ഉണ്ടാകും. അങ്ങനെയെങ്കിൽ കാലക്രമേണ അവ തമ്മിൽ അടുത്തുവരണം. ഗുരുത്വബലമാണെങ്കിൽ അടുക്കും തോറും കൂടിവരും. നക്ഷത്രങ്ങൾ തമ്മിൽ ഇപ്രകാരം അടുത്തടുത്തുവന്ന് ഒരിക്കൽ അവയെല്ലാം കൂട്ടിമുട്ടി എല്ലാം തകർന്നുപോകേണ്ടേ? ന്യൂട്ടൻ തന്നെ ഇതിനൊരു പരിഹാരം കണ്ടെത്തി. അത് ഇപ്രകാരമാണ്; A, B എന്നീ നക്ഷത്രങ്ങളെ അവയ്ക്കിടയിലുള്ള ആകർഷണബലം പരസ്പരം അടുപ്പിക്കാൻ ശ്രമിച്ചുകൊണ്ടിരിക്കും.

A B

* *

അവയ്ക്കിടയിലുള്ള അതേ അകലത്തിൽ C എന്ന മൂന്നാമതൊരു നക്ഷത്രമുണ്ടെന്നു സങ്കല്പിക്കുക.

A B C

* * *

Bയുടെ മേലുള്ള Aയുടെയും Cയുടെയും ആകർഷണബലം തുല്യവും വിപരീതവുമായതിനാൽ പരസ്പരം നിർവീര്യമാക്കുന്നു. അതുകൊണ്ട് ഗുരുത്വാകർഷണബലം Bയുടെ സ്ഥാനത്തിൽ മാറ്റമുണ്ടാക്കുന്നില്ല. ആശയം മോശമല്ല. B-യുടെ കാര്യം ശരിയായി. എന്നാൽ A-യുടെയും C-യുടെയും കാര്യമോ അതിന് അതിനുമപ്പുറവും നക്ഷത്രങ്ങൾ വേണം. ഈ വാദഗതി മുന്നോട്ടു പോകുന്നതനുസരിച്ച് നക്ഷത്രങ്ങളുടെ എണ്ണം കൂട്ടിക്കൊണ്ടു വന്ന് അനന്തമാക്കേണ്ടിവരും. ഇത്തരത്തിൽ അനന്തം നക്ഷത്രങ്ങൾ തുല്യ അകലത്തിൽ കൃത്യമായി വിന്യസിക്കപ്പെട്ടാൽ അവ സ്ഥായിയായി നിലകൊള്ളും എന്നതായിരുന്നു ന്യൂട്ടന്റെ കണക്കുകൂട്ടൽ. ആപ്പിൾ മരത്തിൽനിന്ന് ആപ്പിൾ താഴെ വീഴുന്നതിനു കാരണമായ ശക്തിയെക്കുറിച്ചുള്ള ആലോചന നമ്മെ എവിടെ എത്തിച്ചുവെന്നു നോക്കുക.

ന്യൂട്ടന്റെ ഈ വാദഗതികൾ പൂർണമായും ശരിയല്ലെന്ന് അധികം താമസിയാതെ വ്യക്തമായി. ന്യൂട്ടന്റെ പ്രപഞ്ചത്തിന്റെ സ്ഥിരത എന്നത് ഒരു ചീട്ടുകൊട്ടാരത്തിന്റെ സ്ഥിരതപോലെയാണ്. എവിടെയെങ്കിലും ബാലൻസ് ഒന്നു തെറ്റിയാൽ മതി എല്ലാം തകർന്നുപോകും. ഉദാഹരണമായി A, B എന്നീ നക്ഷത്രങ്ങൾ തമ്മിലുള്ള ദൂരം B, C എന്നിവ തമ്മിലുള്ള ദൂരത്തേക്കാൾ ഇത്തിരി കുറവാണെന്നു വിചാരിക്കുക. Bയ്ക്ക് അപ്പോൾ A യോടാവും ആകർഷണം കൂടുതൽ. അത് A യോട് അടു

ക്കുന്നത് തടയാൻ C യ്ക്ക് സാധിക്കില്ല. അടുക്കുന്തോറും ആകർഷണം കൂടിവരുമെന്നതിനാൽ തിരിച്ചുപോകുക അസാധ്യമാകും. ചുരുക്കത്തിൽ, ന്യൂട്ടൻ കരുതിയതുപോലെയാണ് പ്രപഞ്ചത്തിന്റെ ഘടനയെങ്കിൽ, അതിന്റെ സമതുലനം ഒരിക്കൽ തെറ്റിയാൽപ്പിന്നെ സർവ്വനാശമാണ് സംഭവിക്കുക. എങ്ങനെയാണ് ഇത് വിശദീകരിക്കാനാവുക? ഉത്തരം കിട്ടാൻ ഇരുപതാം നൂറ്റാണ്ട് വരെ കാത്തിരിക്കേണ്ടിവന്നു.

19-ാം നൂറ്റാണ്ടിൽ ജീവിച്ചിരുന്ന ഹെൻറിക് ഓൾബേഴ്സ് എന്ന ജർമ്മൻകാരൻ ഒറ്റനോട്ടത്തിൽ നിസ്സാരമെന്നു തോന്നുന്ന ഒരു പ്രശ്നം ശാസ്ത്രലോകത്തിനു മുമ്പാകെ വെച്ചു. പ്രശ്നം കേൾക്കുമ്പോൾ ചിരിച്ചു തള്ളാനാണ് ആദ്യം തോന്നുക. എന്നാൽ കൂടുതൽ ചിന്തിക്കുന്തോറും അതിന്റെ ആഴം കൂടിവരും. നിരവധി ശാസ്ത്രജ്ഞരുടെയും ശാസ്ത്രകുതുകികളുടെയും ഉറക്കം കെടുത്തിയ ചോദ്യം ഇതാണ്. രാത്രി എന്തുകൊണ്ടാണ് ഇരുണ്ടിരിക്കുന്നത്? ആദ്യ ഉത്തരം സൂര്യൻ ആകാശത്ത് ഇല്ലാത്തതുകൊണ്ട് എന്നതാണ്. അപ്പോൾ നക്ഷത്രങ്ങളില്ലേ എന്നു മറുചോദ്യം. നക്ഷത്രങ്ങൾ വളരെ വളരെ ദൂരെ ആയതുകൊണ്ട് അവയിൽ നിന്നുള്ള പ്രകാശം വളരെ വളരെ കുറവായിരിക്കും എന്നത് അടുത്ത ഉത്തരം. പക്ഷേ ഒത്തിരി ഒത്തിരി നക്ഷത്രങ്ങളില്ലേ എന്നത് മറുചോദ്യം. പ്രശ്നം ഇതോടെ അല്പം ശ്രമകരമായി. അതിന് ഉത്തരംകിട്ടാൻ കടലാസ്സും പെൻസിലുമെടുത്ത് ചില കണക്കുകൾ കൂട്ടിനോക്കണം.

ഹെൻറിക് ഓൾബേഴ്സ് (1758 - 1840)

ഒരു നക്ഷത്രം R ദൂരത്തിലാണെങ്കിൽ അതിൽ നിന്നുള്ള പ്രകാശത്തിന്റെ തീവ്രത R-ന്റെ വർഗ്ഗത്തിന്റെ വിപരീതാനുപാതത്തിലായിരിക്കും. നക്ഷത്രങ്ങൾ എല്ലാ ദിശയിലേക്കും ഒരേപോലെ പ്രകാശം ചൊരിയും എന്നതിനാലാണ് ഇത്. നക്ഷത്രം കേന്ദ്രമാക്കി R വ്യാസാർദ്ധമുള്ള ഒരു ഗോളമെടുത്താൽ ആ ഗോളത്തെ തുളച്ച് നക്ഷത്രപകാശം മുഴുവൻ (E) കടന്നുപോകണം. ഗോളത്തിന്റെ ഉപരിതലവിസ്തീർണ്ണം $4\pi R^2$ ആകയാൽ, ഒരു യൂണിറ്റ് വിസ്തീർണ്ണത്തിലൂടെ കടന്നുപോകുന്ന പ്രകാശം (I)

$$I = \frac{E}{4\pi R^2}$$

ഇവിടെ E = നക്ഷത്രം യൂണിറ്റ് സമയംകൊണ്ട് പുറത്തുവിടുന്ന

ഊർജ്ജം.

I = R ദൂരത്തിൽ യൂണിറ്റ് വിസ്തീർണ്ണത്തിൽ പതിക്കുന്ന ഊർജ്ജം.

ദൂരം കൂടുംതോറും പ്രകാശതീവ്രത കുറഞ്ഞുവരുന്നു. സാമാന്യ ബുദ്ധിയും ഇതു തന്നെയാണ് പറയുന്നത്. എന്നാൽ നക്ഷത്രങ്ങളുടെ എണ്ണം കൂടി കണക്കിലെടുക്കേണ്ടേ? പ്രപഞ്ചത്തിൽ നക്ഷത്രങ്ങൾ ഏതാണ്ട് സമാനമായി വിന്യസിക്കപ്പെട്ടിരിക്കുന്നുവെന്നു കരുതുക. നമ്മുടെ തൊട്ടടുത്തുള്ള നക്ഷത്രങ്ങളുടെ കാര്യം വ്യത്യസ്തമാണെന്നും എന്നാൽ, പ്രപഞ്ചം മുഴുവനായി എടുക്കുമ്പോൾ നക്ഷത്രങ്ങളും ഗാലക്സികളുമെല്ലാം ഏതാണ്ട് സമാനമായി വിന്യസിക്കപ്പെട്ടിരിക്കുന്നുവെന്നും പറയുന്നത് തരക്കേടില്ലാത്ത ഒരു ഏകദേശനം (approximation) ആണ്. R ദൂരത്തിൽ d കട്ടിയുള്ള ഒരു ഗോളഷെൽ സങ്കല്പിച്ചാൽ അതിന്റെ വ്യാപ്തം $4\pi R^2 d$ ആയിരിക്കും ($4\pi R^2$ എന്ന R വ്യാസാർധമുള്ള ഗോളത്തിന്റെ വിസ്തീർണ്ണം). അതായത് ദൂരം കൂടുന്നതനുസരിച്ച് നക്ഷത്രങ്ങളുടെ എണ്ണം R^2-നു ആനുപാതികമായി കൂടും. ദൂരം കൂടുമ്പോൾ പ്രകാശതീവ്രത കുറയുമെങ്കിലും അത് കൃത്യമായി പരിഹരിക്കാൻ പാകത്തിൽ നക്ഷത്രങ്ങളുടെ എണ്ണം കൂടിവരും. അപ്പോൾ പ്രപഞ്ചത്തിലെ മുഴുവൻ നക്ഷത്രങ്ങളെയും കണക്കിലെടുത്താൽ രാത്രിയും പകലുമെല്ലാം പ്രഭാപൂരിതമാകണം. പക്ഷേ, ഇതു സംഭവിക്കുന്നില്ലല്ലോ? ഇതാണ് ഓൾബേഴ്സിന്റെ പ്രഹേളിക. നക്ഷത്രങ്ങളുടെ ഇടയിലുള്ള വാതകപടലങ്ങൾ വെളിച്ചത്തെ ആഗിരണം ചെയ്യുന്നുവെന്നു കരുതിയാലും പ്രശ്നം തീരുകയില്ല. അങ്ങനെയെങ്കിൽ ആ വാതകപടലങ്ങൾ ക്രമേണ ചൂടുപിടിച്ച് അവയും വികിരണങ്ങൾ പുറത്തുവിടുന്ന സ്ഥിതിയുണ്ടാകും. എങ്ങനെയാണ് ഈ പ്രഹേളികയ്ക്ക് തൃപ്തികരമായ വിശദീകരണം നൽകുക? അതിന് മഹാസ്ഫോടന (big bang) സിദ്ധാന്തം വരെ കാത്തിരിക്കേണ്ടിവന്നു.

പ്രപഞ്ചത്തിന്റെ ഭാഗധേയം നിർണ്ണയിക്കുന്നതിൽ മറ്റെന്തിനേക്കാളും പ്രധാനം ഗുരുത്വബലമാണ്. 1915-16 കാലഘട്ടത്തിൽ ഗുരുത്വബലത്തെ സംബന്ധിച്ച് വിപ്ലവകരമായ ഒരു സിദ്ധാന്തം പ്രമുഖ ശാസ്ത്രജ്ഞൻ ആൽബർട്ട് ഐൻസ്റ്റൈൻ മുന്നോട്ടുവെച്ചു.

1905-ൽ ആണ് ഐൻസ്റ്റൈൻ തന്റെ ആപേക്ഷികതാസിദ്ധാന്തം അവതരിപ്പിച്ചത്. ഒരു വിളക്കിൽനിന്ന് പുറപ്പെടുന്ന വെളിച്ചത്തിന്റെ വേഗത വിളക്കിന്റെ വേഗതയ്ക്കനുസരിച്ച് കൂടുകയോ കുറയുകയോ ഇല്ല എന്ന നിരീക്ഷണത്തിൽ നിന്നു തുടങ്ങി സ്ഥലത്തെയും കാലത്തെയും സംബന്ധിച്ച ധാരണകളുടെ അടിത്തറ ആകെ മാറ്റുകയാണ് ഐൻസ്റ്റൈൻ ചെയ്തത്. അതിന്റെ തുടർച്ചയെന്ന നിലയിലാണ് ഊർജ്ജത്തെ (E) യും ദ്രവ്യമാനത്തെയും (m) പ്രകാശവേഗതയേയും (C) സംബന്ധിക്കുന്ന $E=mc^2$ എന്ന സുപ്രസിദ്ധ സമവാക്യം ഐൻസ്റ്റൈൻ ലോകത്തിനു സമർപ്പിച്ചത്.

ഗുരുത്വാകർഷണത്തെ സംബന്ധിച്ച ന്യൂട്ടന്റെ ആശയങ്ങൾ തന്റെ സിദ്ധാന്തങ്ങളുമായി ഒത്തുപോകുന്നില്ല എന്ന് ഐൻസ്റ്റൈൻ കണ്ടു. ഭൂമിയിൽ വസ്തുക്കൾ പതിക്കുന്നതു മുതൽ സൗരയൂഥ ചലനങ്ങൾ വരെ കൃത്യതയോടെ വിവരിക്കാൻ ന്യൂട്ടന്റെ നിയമങ്ങൾക്ക് ആകുമെന്നത് എല്ലാവരും അംഗീകരിക്കുന്ന ഒരു സത്യമായിരുന്നു. ആപേക്ഷികതാ സിദ്ധാന്തത്തിൽ അടിയുറച്ച ഒരു ഗുരുത്വസിദ്ധാന്തം നിർമ്മിക്കാൻ ഐൻസ്റ്റൈൻ പത്തുവർഷക്കാലം ശ്രമിച്ചു. ഒടുവിൽ അത് വിജയകരമായ സമാപ്തിയിലെത്തിയപ്പോൾ വിപ്ലവകരമായ ഒരു സിദ്ധാന്തമായി.

ലോകം ചതുർമാനമാണെന്നും അതിന്റെ വക്രതയാണ് ഗുരുത്വ ബലമായി അനുഭവപ്പെടുന്നതെന്നും ഐൻസ്റ്റൈൻ സിദ്ധാന്തിച്ചു. ഉദാഹരണമായി അകലെയുള്ള ഒരു നക്ഷത്രത്തിൽനിന്ന് പ്രകാശകിരണം ഭൂമിയിലേക്കു വരുമ്പോൾ സൂര്യന്റെ അടുത്തുകൂടിയാണ് വരുന്നതെങ്കിൽ അതിന് സ്പേസിന്റെ വക്രതമൂലം ചെറിയ വ്യതിയാനം സംഭവിക്കുമെന്നും അത് നിരീക്ഷിക്കാൻ കഴിയുമെന്നും ഐൻസ്റ്റൈൻ സിദ്ധാന്തിച്ചു. എന്നാൽ സൂര്യനടുത്തുകൂടി വരുന്ന പ്രകാശരശ്മിയെ പൂർണ്ണസൂര്യഗ്രഹണസമയത്തു മാത്രമേ കാണാൻ കഴിയൂ. 1919 ലെ ഒരു സമ്പൂർണ്ണ സൂര്യഗ്രഹണസമയത്ത് ഇത് പരിശോധിച്ചു. പ്രകാശം ഗുരുത്വത്താൽ വളയുമെന്ന് ബോധ്യമായതോടെ ഐൻസ്റ്റൈന്റെ സിദ്ധാന്തം വലിയ അംഗീകാരം നേടി. പിന്നീട് നടന്ന നിരവധി പരീക്ഷണങ്ങളും ഐൻസ്റ്റൈന്റെ സിദ്ധാന്തം ശരിയാണെന്നു തെളിയിച്ചു.

ആൽബെർട്ട് ഐൻസ്റ്റൈൻ
(1879 – 1955)

ഐൻസ്റ്റൈൻ തന്റെ ഗുരുത്വസിദ്ധാന്തം ഉപയോഗിച്ച് ഒരു പ്രപഞ്ച മാതൃക ഉണ്ടാക്കാൻ ശ്രമിച്ചു. അനന്തവും സുസ്ഥിരവുമായ ഒരു പ്രപഞ്ചമായിരുന്നു ഐൻസ്റ്റൈന്റെ മനസ്സിൽ. എന്നാൽ അദ്ദേഹം ആവിഷ്കരിച്ച സമവാക്യങ്ങളിലൂടെ തെളിഞ്ഞുവന്നത് മറ്റൊരു ചിത്രമാണ്. അത് ഇപ്രകാരമാണ്: പ്രപഞ്ചത്തിന് നിശ്ചലാവസ്ഥയിൽ നിലനിൽക്കാൻ കഴിയില്ല. ഒന്നുകിൽ അത് വികസിച്ചുകൊണ്ടിരിക്കണം. അല്ലെങ്കിൽ ചുരുങ്ങിക്കൊണ്ടിരിക്കണം. മുകളിലേക്ക് എറിയപ്പെട്ട ഒരു കല്ല് ഒന്നുകിൽ മുകളിലേക്ക് പൊയ്ക്കൊണ്ടിരിക്കണം. അല്ലെങ്കിൽ താഴേക്ക് വീണുകൊണ്ടിരിക്കണം. അതിന് ഏതായാലും ആകാശത്ത് അനങ്ങാതിരിക്കാൻ കഴിയില്ല. ഇതിനു സമാനമായ അവസ്ഥയാണ് പ്രപഞ്ചത്തിന്റെ കാര്യത്തിൽ ഐൻസ്റ്റൈൻ കണ്ടെത്തിയത്. ദാർശനികമായ കാരണങ്ങളാൽ അദ്ദേഹത്തിന് ഇത് അംഗീകരിക്കാൻ കഴിഞ്ഞില്ല. പ്രപഞ്ചം സ്ഥിരമായി തുടരുകതന്നെ ചെയ്യുമെന്ന് വിശ്വസിക്കാനാണ് അദ്ദേഹം ഇഷ്ടപ്പെട്ടത്.

അതിനായി തന്റെ സമവാക്യങ്ങളിൽ മാറ്റംവരുത്താൻപോലും അദ്ദേഹം തയ്യാറായിരുന്നു. തന്റെ മനോഹരമായ സമവാക്യങ്ങളിൽ അദ്ദേഹം ചില കൂട്ടിച്ചേർക്കലുകൾ നടത്തി. ഐൻസ്റ്റൈൻ ഇതെല്ലാം ചെയ്ത് ഏതാനും വർഷങ്ങൾക്കുള്ളിൽത്തന്നെ പ്രപഞ്ചം വികസിച്ചുകൊണ്ടിരിക്കുകയാണെന്നത് ശാസ്ത്രലോകത്തിന് ബോധ്യമായി. ഐൻസ്റ്റൈൻ തന്റെ ആദ്യ സമവാക്യങ്ങളിൽ വിശ്വസിച്ചിരുന്നുവെങ്കിൽ പ്രവചിക്കാൻ കഴിയുമായി രുന്ന ഒരു കാര്യം പിന്നീട് നിരീക്ഷണങ്ങളിലൂടെ കണ്ടെത്തപ്പെടുകയായിരുന്നു. തനിക്കു പറ്റിയ ഏറ്റവും വലിയ അബദ്ധം എന്നാണ് ഐൻസ്റ്റൈൻ ഇതേക്കുറിച്ചു പിന്നീട് പറഞ്ഞത്.

*

6

വികസിക്കുന്ന പ്രപഞ്ചം ഹബിൾ കണ്ടെത്തിയ വിസ്മയം

ഐസക് ന്യൂട്ടന്റെയും ആൽബർട്ട് ഐൻസ്റ്റൈന്റെയും പ്രപഞ്ച മാതൃകകൾ അഭിമുഖീകരിച്ച പ്രശ്നങ്ങൾക്ക് ഉത്തരം ലഭിച്ചത് പ്രധാനമായും എഡ്വിൻ ഹബിൾ എന്ന ജ്യോതിശ്ശാസ്ത്രകാരന്റെ നിരീക്ഷണങ്ങളിലൂടെയാണ്. സ്ഥിരാവസ്ഥയിൽ നിലനിൽക്കാൻ കഴിയാത്ത പ്രപഞ്ചമെന്ന ആശയമായിരുന്നല്ലോ ന്യൂട്ടന്റെയും ഐൻസ്റ്റൈന്റെയും മാതൃകകളുടെ പ്രശ്നം. എന്നാൽ പ്രപഞ്ചം സ്ഥിരമല്ല, വികസിച്ചുകൊണ്ടിരിക്കുകയാണ് എന്നാണ് ഹബിളും കൂട്ടരും കണ്ടെത്തിയത്.

എഡ്വിൻ ഹബിൾ
(1889 – 1953)

അവരുടെ ഗവേഷണരീതികൾ മനസിലാക്കാൻ കഴിയണമെങ്കിൽ രണ്ടു കാര്യങ്ങളെക്കുറിച്ച് നമുക്ക് അറിവുണ്ടായിരിക്കണം. ഒന്ന്, ഡോപ്ലർ പ്രഭാവം വഴി ഉണ്ടാകുന്ന ചുവപ്പുനീക്കം. രണ്ട്, ഗാലക്സികളിലേക്കുള്ള ദൂരം കണക്കാക്കാൻ സഹായിക്കുന്ന സെഫീഡ് ചരനക്ഷത്രങ്ങളുടെ ചില പ്രത്യേകതകൾ. നമുക്ക് ഇക്കാര്യങ്ങൾ ഒന്നു പരിശോധിക്കാം.

ആദ്യം എന്താണ് ഡോപ്ലർ പ്രഭാവം എന്നു നോക്കാം. ശബ്ദതരംഗങ്ങളുടെ കാര്യത്തിൽ 1842-ൽ പ്രാഗിലെ ഗണിതശാസ്ത്ര പ്രൊഫസ്സറായിരുന്ന ജോഹാൻ ക്രിസ്ത്യൻ ഡോപ്ലറാണത്രെ ഇതാദ്യമായി കണ്ടെത്തിയത്. ഒരു ശബ്ദസ്രോതസ്സ് ശ്രോതാവിൽനിന്ന് അകന്നുപോകുന്നതനുസരിച്ച് ശബ്ദത്തിന്റെ തരംഗദൈർഘ്യം

ക്രിസ്ത്യൻ ഡോപ്ലർ
(1803 - 1855)

കൂടുന്നതായും അടുത്തുവരുന്നതനുസരിച്ച് തരംഗദൈർഘ്യം കുറയുന്നതായും അനുഭവപ്പെടും. 1845-ൽ ഡച്ചുകാരനായ ക്രിസ്റ്റഫർ ബാലറ്റ് മനോഹരമായ ഒരു പരീക്ഷണത്തിലൂടെ ഇതു തെളിയിക്കുകയും ചെയ്തു. ആ നാട്ടിലെ സ്വച്ഛമായ നാട്ടിൻപുറത്തുകൂടി ഓടുന്ന ട്രെയിനിലെ ഒരു തുറന്ന ബോഗിയിൽ ഒരു സംഘം സംഗീതജ്ഞർ വാദ്യം മുഴക്കിക്കൊണ്ട് കടന്നുപോയപ്പോൾ ശബ്ദത്തിന്റെ ആവൃത്തിയിലുണ്ടായ വ്യതിയാനം ഡോപ്ലർ സൂചിപ്പിച്ച തരത്തിലുള്ളതായിരുന്നു.

നക്ഷത്രങ്ങളിൽനിന്നുള്ള പ്രകാശത്തിന്റെ കാര്യത്തിലും ഇതു സംഭവിക്കുന്നുണ്ടെന്ന് ഡോപ്ലർ സമർത്ഥിച്ചു. പ്രകാശവും ശബ്ദത്തെപ്പോലെ തരംഗരൂപത്തിലാണ് സഞ്ചരിക്കുക. അതുകൊണ്ട് പ്രകാശത്തിനും ഡോപ്ലർ പ്രഭാവം ഉണ്ടാകണം. മൈക്രോവേവ്, റേഡിയോ വേവ് തുടങ്ങി എല്ലാവിധ തരംഗങ്ങളും ഈ പ്രഭാവം പ്രകടിപ്പിക്കുന്നതായി പിന്നീട് കണ്ടെത്തി.

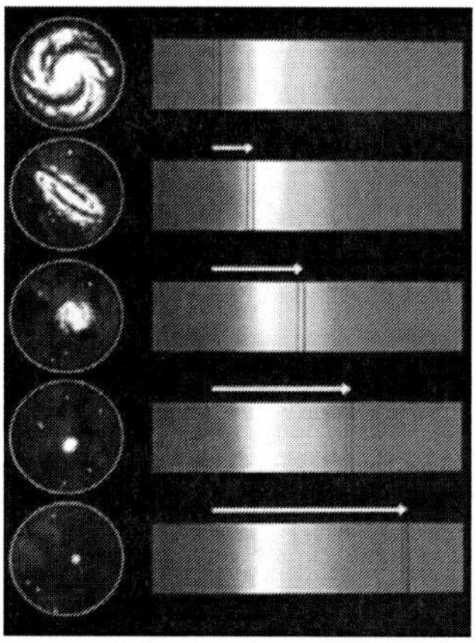

ചുവപ്പു നീക്കം. ചിത്രത്തിൽ വലതു ഭാഗമാണ് സ്പെക്ട്രത്തിലെ ചുവപ്പുനിറം. ചിത്രത്തിൽ താഴേക്കു വരുന്തോറും ഗാലക്സിയിലേക്കുള്ള ദൂരം കൂടുന്നു.

പക്ഷേ ഒരു കാര്യത്തിൽ ഡോപ്ലറിനു തെറ്റുപറ്റി. ചില നക്ഷത്രങ്ങൾ ചുവന്ന നിറത്തിലും മറ്റു ചിലത് നീല നിറത്തിലും കാണാൻ കാരണം അവയുടെ ചലനം കൊണ്ടുണ്ടാകുന്ന ഡോപ്ലർ പ്രഭാവമാണെന്ന് അദ്ദേഹം കരുതി. ഇതു ശരിയല്ലെന്ന് മറ്റു ചിലർ തെളിയിച്ചു (നക്ഷത്രങ്ങളുടെ നിറം നിർണ്ണയിക്കുന്നത് പ്രധാനമായും അവയുടെ ഉപരിതല താപനിലയാണ്). ഒന്നാമതായി നമുക്കു കാണാവുന്ന നക്ഷത്രങ്ങളിൽ ഡോപ്ലർ പ്രഭാവം കൊണ്ടുണ്ടാകുന്ന മാറ്റം നമ്മുടെ കണ്ണുകൾക്ക് തിരിച്ചറിയാനാവുന്നതിനേക്കാൾ വളരെ കുറവാണ്. രണ്ടാമതായി, നമ്മളിൽനിന്ന് അകലുന്ന ഒരു നക്ഷത്രത്തിൽനിന്നുള്ള നീലവെളിച്ചം ചുവപ്പിനടുത്തേക്കു നീങ്ങുമെങ്കിലും വയലറ്റ് വെളിച്ചം തരംഗദൈർഘ്യം കൂടിയ നീലയുടെ അടുത്തേക്ക് വരികയും ചെയ്യും. അതിനാൽ നക്ഷത്രത്തിന്റെ ശരാശരി നിറത്തിന് കാര്യമായ വ്യതിയാനം ഉണ്ടാകില്ല.

കണ്ണുകൊണ്ട് കാണാൻ ബുദ്ധിമുട്ടാണെങ്കിലും നക്ഷത്രങ്ങളുടെ സ്പെക്ട്രത്തിലെ ചുവപ്പു നീക്കം ഫോട്ടോഗ്രാഫുകളിലൂടെ വ്യക്തമാകുന്നുണ്ട്. നക്ഷത്രങ്ങളിൽനിന്നു വരുന്ന വെളിച്ചം ഒരു പ്രിസത്തിലൂടെ കടത്തിവിട്ടാൽ ഹൈഡ്രജൻ, ഹീലിയം തുടങ്ങിയ മൂലകങ്ങളുടെ രേഖകൾ സ്പെക്ട്രത്തിൽ കാണാൻ കഴിയും. ആ രേഖകൾ ചുവപ്പിന്റെ വശത്തേക്കു നീങ്ങി കാണപ്പെടുന്നെങ്കിൽ അതിനെ ചുവപ്പുനീക്കമെന്നും നീലയുടെ വശത്തേക്കു നീങ്ങി കാണപ്പെടുന്നെങ്കിൽ നീലനീക്കം എന്നും പറയും. ചുവപ്പുനീക്കമാണു കാണുന്നതെങ്കിൽ നിരീക്ഷകനിൽനിന്ന് നക്ഷത്രം അകലുന്നുവെന്നും നീലനീക്കമാണെങ്കിൽ അടുക്കുന്നുവെന്നും അർത്ഥം. നക്ഷത്രങ്ങൾ മാത്രമല്ല, അവയുടെ വൻസമൂഹങ്ങളായ ഗാലക്സികളും ചുവപ്പുനീക്കവും നീലനീക്കവും കാണിക്കുന്നുണ്ട്. ഉദാഹരണത്തിന് ആൻഡ്രോമേഡയുടെ സ്പെക്ട്രത്തിന് നീലനീക്കമാണ്. എന്നാൽ മിക്കവാറും ഗാലക്സികളുടെ കാര്യത്തിൽ ചുവപ്പുനീക്കമാണ്. അവ നമ്മിൽനിന്ന് അകന്നുപോകുന്നുവെന്നാണ് ഇതിനർത്ഥം. എന്നാൽ ഇതു കണ്ടുപിടിക്കുന്ന കാലത്ത് ഗാലക്സി എന്നാൽ എന്ത് എന്നതു തന്നെ വ്യക്തമല്ലായിരുന്നു. മേഘം എന്ന അർത്ഥത്തിൽ നെബുല എന്ന വാക്കാണ് അന്ന് ഇവയെ സൂചിപ്പിക്കാൻ ഉപയോഗിച്ചിരുന്നത്. വൻ ദൂരദർശിനികൾ സ്ഥാപിക്കപ്പെട്ടതോടെ മാത്രമാണ് ഇവ നിരവധി ഒറ്റ നക്ഷത്രങ്ങളുടെ കൂട്ടമാണെന്നു മനസ്സിലായത്. ഗാലക്സിയുടെ വലിപ്പത്തെക്കുറിച്ചും ദൂരത്തെക്കുറിച്ചും അറിവു കിട്ടിയത് സെഫീഡ് ചരനക്ഷത്രങ്ങൾ എന്ന പ്രത്യേകതരം നക്ഷത്രങ്ങളുടെ കണ്ടെത്തലോടെയാണ്.

ഗാലക്സികളിലേക്കുള്ള ദൂരം നേരിട്ട് അളക്കുന്നതിന് മാർഗങ്ങളൊന്നുമില്ല. പരോക്ഷമായ രീതികളെ ആശ്രയിക്കുക മാത്രമാണ് വഴി. ഇതിൽ ഏറ്റവും പ്രധാനം സെഫീഡ് ചരനക്ഷത്രങ്ങൾ എന്ന പ്രത്യേകതരം നക്ഷത്രങ്ങളെ ഉപയോഗപ്പെടുത്തുന്ന ഒന്നാണ്. സാധാരണഗതിയിൽ നക്ഷത്രങ്ങളുടെ ശോഭയ്ക്ക് ചെറിയ കാലയളവുകൊണ്ട് വലിയമാറ്റം ഉണ്ടാകാറില്ല. എന്നാൽ ചില നക്ഷത്രങ്ങളുടെ ശോഭ ദിവസങ്ങൾകൊണ്ടു തന്നെ കാര്യമായ ഏറ്റക്കുറച്ചിലുകൾക്ക് വിധേയമാകാറുണ്ട്. ഈ മാറ്റം ആവർത്തിച്ചുകൊണ്ടുമിരിക്കും. ഇവയെ പൊതുവേ ചരനക്ഷത്രങ്ങൾ (variable stars) എന്നു പറയുന്നു. ചരനക്ഷത്രങ്ങൾ പല തരത്തിലുണ്ട്. ഇവയിൽ ഏറ്റവും കൃത്യതയുള്ളവയാണ് സെഫീഡ് ചരനക്ഷത്രങ്ങൾ. ഇവയിൽ ആദ്യത്തെ നക്ഷത്രത്തെ കണ്ടെത്തിയത് സെഫിയസ് എന്ന നക്ഷത്രഗണ(constellation) ത്തിലാണ്. ഇതാണ് ആ പേരിനു കാരണം.

സെഫീഡ് ചരനക്ഷത്രഗണത്തിലെ നക്ഷത്രങ്ങളുടെ ശോഭ കുറയുകയും കൂടുകയും ചെയ്യുന്നതിന്റെ ആവർത്തനകാലവും അതിന്റെ യഥാർത്ഥ കാന്തിമാനവും നേരിട്ടു ബന്ധപ്പെട്ടിരിക്കുന്നു. ഈ ബന്ധം മനസ്സിലായാൽ ദൂരം കണക്കാക്കാൻ എളുപ്പമാണ്. ഉദാഹരണത്തിന് അകലെയുള്ള ഒരു ഗാലക്സിയിൽ കുറച്ച് സെഫീഡ് ചരനക്ഷത്രങ്ങളെ

കണ്ടെത്താൻ കഴിഞ്ഞുവെന്നു കരുതുക. അവയെ കുറേക്കാലം തുടർച്ചയായി നിരീക്ഷിച്ചാൽ അവയുടെ ശോഭയിലുണ്ടാകുന്ന വ്യതിയാനത്തിന്റെ ആവർത്തനകാലം കണ്ടുപിടിക്കാൻ കഴിയും. ഇത് കിട്ടിയാൽ അവയുടെ യഥാർത്ഥ കാന്തിമാനം അറിയാൻ കഴിയും. ഇതിനെ ദൃശ്യകാന്തിമാനവുമായി താരതമ്യം ചെയ്താൽ ആ നക്ഷത്രത്തിലേക്കുള്ള ദൂരം കിട്ടും. ഇങ്ങനെ ഒരു ഗാല്ക്സിയിലെ കുറെ സെഫീഡ് ചരങ്ങളെ കണ്ടെത്തിയാൽ ആ ഗാലക്സിയിലേക്കുള്ള ഏകദേശദൂരം അറിയാം.

ഇത്തരത്തിൽ ഗാലക്സികളിലേക്കുള്ള ദൂരം ആദ്യമായി അളന്നത് എഡ്വിൻ ഹബിൾ എന്ന ശാസ്ത്രജ്ഞനാണ്. അമേരിക്കയിലെ കാലിഫോർണിയയിലുള്ള മൗണ്ട് വിൽസൺ ഒബ്സർവേറ്ററിയിലെ 100 ഇഞ്ച് ദൂരദർശിനി ഉപയോഗിച്ചാണ് ഈ നിരീക്ഷണങ്ങൾ നടത്തിയത്.

1917-ൽ സ്ഥാപിക്കപ്പെട്ട ഈ ദൂരദർശിനി കുറേക്കാലത്തേക്ക് ലോകത്തിലെ ഏറ്റവും ശക്തിയേറിയതായിരുന്നു. സമീപഗാലക്സികളിലെ നക്ഷത്രങ്ങളെ ഓരോന്നിനേയും വേർതിരിച്ചെടുക്കാൻ അതു പര്യാപ്തമായിരുന്നു.

തന്റെ ദൂരദർശിനി ഉപയോഗിച്ച് ഹബിൾ നടത്തിയ നീണ്ട നിരീക്ഷണങ്ങൾക്കൊടുവിൽ രണ്ടു കാര്യങ്ങൾ വ്യക്തമായി. ഒന്ന് M31 എന്നറിയപ്പെട്ടിരുന്ന നെബുല യഥാർത്ഥത്തിൽ ഒരു ചെറുപ്രപഞ്ചം തന്നെയാണെന്നതാണ്. നഗ്നനേത്രങ്ങൾകൊണ്ടോ ചെറുദൂരദർശിനികൾ കൊണ്ടോ നോക്കുമ്പോൾ ഒരു അരിമണിയുടെ വലിപ്പത്തിൽ ചെറുമേഘം പോലെ കാണപ്പെടുന്നതുകൊണ്ടാണ് മേഘം എന്ന അർത്ഥത്തിലുള്ള നെബുല എന്ന വാക്കുകൊണ്ട് ഇതിനെ കുറിക്കുന്നത്. എന്നാൽ ഹബിളിന്റെ നിരീക്ഷണങ്ങളുടെ ഫലമായി ഏതാണ്ട് നമ്മുടെ ഗാലക്സിയോട് ഉപമിക്കാവുന്ന മറ്റൊരു ഗാലക്സി തന്നെയാണ് ഇതെന്ന് വ്യക്തമായി. ഇന്ന് ഇതിനെ ആൻഡ്രോമേഡ ഗാലക്സി എന്നാണ് വിളിക്കുന്നത്. ആൻഡ്രോമേഡയിൽ നിരവധി സെഫീഡ് ചരനക്ഷത്രങ്ങളെ കണ്ടെത്തിയ ഹബിൾ ആൻഡ്രോമേഡ വളരെ അകലെയാണെന്നു സ്ഥാപിച്ചു.

ആൻഡ്രോമേഡ ഗാലക്സി. ഇതിൽ സെഫീഡ് ചരനക്ഷത്രങ്ങളെ കണ്ടെത്തിയതോടെ ഇവിടേയ്ക്കുള്ള ഭീമമായ ദൂരം ഗണിച്ചെടുക്കാൻ സാധിച്ചു.

ആധുനിക കണക്കനുസരിച്ച് ആൻഡ്രോമേഡയിലേക്കുള്ള ദൂരം 29 ലക്ഷം പ്രകാശവർഷമാണ്. ഇതുപോലെ ഇരുപതിലധികം നെബുലകളിലേക്കുള്ള ദൂരം അളന്നപ്പോൾ ഇവയെല്ലാം വളരെയധികം നക്ഷത്രങ്ങളടങ്ങിയ ഗാലക്സികളാണെന്നു കണ്ടെത്തി.

ഇതിൽ മിക്കവാറും ഗാലക്സികളിൽ ചുവപ്പുനീക്കം മുൻപുതന്നെ കണ്ടെത്തിയിരുന്നു. കൂടുതൽ ദൂരെയുള്ള ഗാലക്സികളുടെ ചുവപ്പുനീക്കവും കൂടുതലാണെന്ന് ഹബിൾ കണ്ടെത്തി. കൂടുതൽ ചുവപ്പുനീക്കമെന്നാൽ അവ നമ്മിൽനിന്നകലുന്ന കൂടിയ വേഗത എന്നാണർത്ഥം. ഗാലക്സികളിലേക്കുള്ള ദൂരവും അവയുടെ വേഗതയും നേർ അനുപാതത്തിലാണെന്ന ഈ നിയമം ഹബിൾ നിയമം എന്നാണറിയപ്പെടുന്നത്. ആൻഡ്രോമേഡ പോലെ നമ്മുടെ "സമീപസ്ഥ"രായ ചില ഗാലക്സികളുടെ കാര്യത്തിൽ ഇതു ശരിയല്ല. സത്യത്തിൽ ആൻഡ്രോമേഡയ്ക്ക് നീലനീക്കം (blue shift) ആണ് ഉള്ളത്. നമ്മുടെ ഗാലക്സിയുമായുള്ള ഗുരുത്വബലത്താലുള്ള ചലനമാണ് ഇതിനു കാരണം. എന്നാൽ സാമാന്യം അകലെയുള്ള ഗാലക്സികൾ എടുത്താൽ അവയ്ക്കെല്ലാമുള്ളത് ചുവപ്പു നീക്കമാണ്.

ഹബിളിന്റെ കണ്ടെത്തലുകൾ പ്രപഞ്ചത്തെപ്പറ്റി നമുക്കുണ്ടായിരുന്ന ധാരണകളെ തകിടംമറിക്കാൻ പോന്നവയായിരുന്നു. ഗാലക്സികൾ പൊതുവെ നമ്മുടേതിൽനിന്ന് അകന്നു പോകുകയാണെങ്കിൽ എന്താണതിന് അർത്ഥം? പ്രപഞ്ചം വികസിച്ചുകൊണ്ടിരിക്കുകയാണെന്നല്ലേ?

*

7

മഹാവിസ്ഫോടനം

മറ്റു ഗാലക്സികൾ നമ്മുടേതിൽനിന്ന് അകന്നു പൊയ്ക്കൊണ്ടിരിക്കുന്നു എന്ന ഹബിളിന്റെ കണ്ടെത്തൽ ധാരാളം ചോദ്യങ്ങൾ ഉയർത്തിവിട്ടു. അങ്ങനെയെങ്കിൽ നമ്മുടെ ഗാലക്സി പ്രപഞ്ചകേന്ദ്രമാകേണ്ടേ എന്നതാണ് ആദ്യ ചോദ്യം. അങ്ങനെ ആകേണ്ടതില്ല എന്നതാണ് ഉത്തരം. ഒരു ഉപമവഴി ഇത് വ്യക്തമാക്കാം. ഒരു ബലൂണിന്റെ ഉപരിതലത്തിൽ കുറേ കടുകുമണികൾ ഒട്ടിച്ചുവെക്കുക. അതിനുശേഷം ബലൂൺ സാവകാശം വീർപ്പിച്ചാൽ കടുകുമണികൾ പരസ്പരം അകന്നു പോകുന്നതു കാണാം. ഏതു കടുകുമണിയെ അപേക്ഷിച്ചുനോക്കിയാലും മറ്റെല്ലാം അകന്നു പോകുന്നതായി തോന്നും. അകലെയുള്ളവ കൂടുതൽ വേഗത്തിൽ അകലുന്നതായി തോന്നും. കടുകുമണികൾക്കു പകരം ഗാലക്സികളെയോ അവയുടെ കൂട്ടങ്ങളേയോ സങ്കല്പിക്കുക, ബലൂണിന്റെ പ്രതലത്തിനു പകരം ത്രിമാനലോകവും – ഇതാണ് വികസിക്കുന്ന പ്രപഞ്ചത്തിന്റെ ചിത്രം. ഇതിന് പ്രത്യേക കേന്ദ്രങ്ങളില്ല. പ്രപഞ്ചത്തിന്റെ സാമാന്യം വലിപ്പമുള്ള രണ്ടു സമഭാഗങ്ങൾ എടുത്താൽ അവയിലെ ദ്രവ്യവിന്യാസം ഏതാണ്ട് ഒരുപോലെയിരിക്കും. ഏതു ദിശയും മറ്റേതൊരു ദിശയോടും സമാനവുമായിരിക്കും. ഈ നിരീക്ഷണങ്ങൾ ഹബിൾ നിയമവുമായി ഒത്തുപോകുന്നുണ്ട്.

ഗാലക്സികളുടെ ചുവപ്പുനീക്കത്തെ വിശദീകരിക്കാനുള്ള ഏറ്റവും നേരായ മാർഗ്ഗം ഗാലക്സികൾ നമ്മളിൽനിന്ന് അകന്നുപൊയ്ക്കൊണ്ടിരിക്കുന്നുവെന്നു വിചാരിക്കുകയാണ്. ഭൂമിയുടെ ദിനവാർഷിക ചലനങ്ങൾ, സൂര്യന്റെ ഗാലക്സികേന്ദ്രത്തിനു ചുറ്റുമായുള്ള ചലനം, സമീപഗാലക്സികളുടെ ഗുരുത്വബലംകൊണ്ടുള്ള ചലനം ഇതൊക്കെ ചുവപ്പുനീക്കത്തെ ബാധിക്കുമെങ്കിലും നമുക്ക് ഇതിന്റെയെല്ലാം മൂല്യം

കൃത്യമായി മനസ്സിലാക്കി വേണ്ട കൂട്ടലുകളും കുറയ്ക്കലുകളും വരുത്താവുന്നതാണ്. അതുകൂടി കണക്കിലെടുത്ത ശേഷമാണ് ഗാലക്സികൾ പരസ്പരം അകലുന്നതിനെക്കുറിച്ചു നാം പറയുന്നത്.

ഗാലക്സികൾ അകലുകയാണെങ്കിൽ നാളത്തെ പ്രപഞ്ചത്തിൽ ഗാലക്സികൾ തമ്മിലുള്ള അകലം ഇന്നത്തേക്കാൾ കൂടുതലായിരിക്കണം. മറ്റന്നാൾ അതിലും കൂടണം. അതുപോലെ സമയത്തിൽ പിന്നോട്ടുപോവുകയാണെങ്കിൽ-ഒരു വീഡിയോ പിന്നോട്ട് ഓടിക്കുന്നത് സങ്കല്പിക്കുക-ഗാലക്സികൾ അടുത്തടുത്തു വരണം. അത് അങ്ങനെ പിന്നോട്ടു പിന്നോട്ടുകൊണ്ടുപോകുകയാണെങ്കിൽ ഒരിക്കൽ ഗാലക്സികൾ വളരെ അടുത്തടുത്ത് ഉയർന്ന സാന്ദ്രതയിൽ നിലനിന്നിരിക്കണം. അവിടെനിന്ന് സമയത്തിൽ മുന്നോട്ടുപോവുകയാണെങ്കിൽ ഗാലക്സികൾ അകന്നകന്നുപോകുന്നത് സങ്കല്പിക്കാൻ കഴിയും. ഇങ്ങനെ ഉയർന്ന സാന്ദ്രതയിൽ നിന്ന് ആരംഭിച്ച ദ്രവ്യം പരസ്പരം അകന്നു പോകുന്നതിനെയാണ് 'മഹാവിസ്ഫോടനം' (big bang) എന്നു പറയുന്നത്. ഇന്ന് പൊതുവെ അംഗീകരിച്ചിട്ടുള്ള പ്രപഞ്ചചിത്രം മഹാവിസ്ഫോടന സിദ്ധാന്തപ്രകാരമുള്ളതാണ്. അതിന്റെ ആദ്യ തെളിവായിരുന്നു ചുവപ്പുനീക്കം. പിന്നീട് പ്രധാനപ്പെട്ട മറ്റു ചില തെളിവുകൾ കൂടി ലഭിച്ചു. അതിൽ പ്രധാനപ്പെട്ടത് മൈക്രോവേവ് പശ്ചാത്തലവികിരണത്തിന്റെ കണ്ടെത്തലാണ്. പ്രപഞ്ചത്തിൽ കാണപ്പെടുന്ന വിവിധ മൂലകങ്ങളുടെ ചേരുവയിലെ അനുപാതവും മഹാസ്ഫോടന സിദ്ധാന്തവുമായി ചേർന്നു പോകുന്നു. നമ്മുടെ ശക്തിയേറിയ ദൂരദർശിനികൾ ഉപയോഗിച്ച് നമുക്ക് ഭൂതകാലത്തിന്റെ ആഴങ്ങളിലേക്കു നോക്കാൻ കഴിയും. അവ കാണിച്ചു തരുന്ന കാഴ്ചകളും പരിണമിച്ചുകൊണ്ടിരിക്കുന്ന പ്രപഞ്ചത്തെക്കുറിച്ച് നമുക്കുള്ള ധാരണകൾ ബലപ്പെടുത്തുന്നു. നമുക്ക് ഇവയൊക്കെ കുറച്ചു വിശദമായി പരിശോധിക്കാം.

ജോർജ് ഗാമോവ്
(1904 - 1968)

ഗാമോവിന്റെ സൂത്രപ്പണി

1929-ൽ ഹബിൾ തന്റെ നിഗമനങ്ങൾ പ്രസിദ്ധപ്പെടുത്തിയതോടെ വികസിക്കുന്ന പ്രപഞ്ചത്തിന്റെ തുടക്കത്തെക്കുറിച്ചുള്ള ചിന്തകൾ ഉണർന്നുവെങ്കിലും ഈ രംഗത്ത് ശ്രദ്ധേയമായ കാൽവെപ്പ് ഉണ്ടായത് 1946-50 കാലഘട്ടത്തിലാണ്. ഇക്കാലത്താണ് മഹാവിസ്ഫോടന സിദ്ധാന്തം ആദ്യമായി മുന്നോട്ടു വെക്കപ്പെട്ടത്. ജോർജ് ഗാമോവ് എന്ന റഷ്യൻ ശാസ്ത്രജ്ഞനും കൂട്ടാളികളുമാണ് ഈ ആശയം ആദ്യമായി അവതരിപ്പിച്ചത്. 1904-ൽ അന്നത്തെ റഷ്യയുടെ ഭാഗമായിരുന്ന ഉക്രെയിനിൽ ജനിച്ച ജോർജ് ഗാമോവ്, 1934-മുതൽ അമേരിക്കയിലാണ്

ഗവേഷണം നടത്തിയത്. വളരെ നല്ല ഒരു ശാസ്ത്രസാഹിത്യകാരൻ കൂടിയായിരുന്ന ഗാമോവിന്റെ പ്രധാന ഗവേഷണവിഷയം ന്യൂക്ലിയർ ഫിസിക്സ് ആയിരുന്നു.

1948ലാണ് ഗാമോവ് തന്റെ ശിഷ്യൻ ആൽഫെറുമൊത്ത് മഹാവിസ്ഫോടന സിദ്ധാന്തം മുന്നോട്ടുവെച്ചത്. മഹാരസികനായിരുന്ന ജോർജ് ഗാമോവ് ഇതു പ്രസിദ്ധീകരിക്കുന്നതിനിടയിൽ ഒരു നല്ല തമാശ ഒപ്പിച്ചു. ഗവേഷണ പേപ്പറിൽ ആദ്യപേരുകാരനായി ആൽഫെറെയും പിന്നീട് തന്നെയും ഉൾപ്പെടുത്തിയശേഷം തന്റെ സുഹൃത്തും പ്രസിദ്ധനായ ഭൗതികജ്ഞനുമായിരുന്ന 'ബെഥെ' യുടെ (ഹാൻസ് ബെഥെ, 1906–2005) പേരും തിരുകിക്കയറ്റി. അങ്ങനെ ആയാലേ ഗ്രീക്ക് അക്ഷരമാലയിലെ ആദ്യ അക്ഷരങ്ങളായ ആൽഫാ, ബീറ്റാ, ഗാമാ എന്നിവയുമായി ഒത്തുപോകൂ എന്നായിരുന്നു ഗാമോവിന്റെ ചിന്ത! പിന്നീട് ഹെർമ്മൻ എന്നൊരു ശാസ്ത്രജ്ഞനും ഗാമോവിന്റെ ഗവേഷണത്തിൽ പങ്കാളി ആയപ്പോൾ ഗ്രീക്ക് അക്ഷരമാലയിലെ നാലാമത്തെ അക്ഷരമായ ഡെൽറ്റയുമായി ചേർന്നുപോകാൻ അയാളോടും പേര് ഡെൽറ്റർ എന്ന് മാറ്റണമെന്ന് ഗാമോവ് പറഞ്ഞു നോക്കി. പക്ഷേ വിജയിച്ചില്ല.

ഹാൻസ് ബെഥെ
(1906 – 2005)

ആൽഫാ, ബീറ്റാ, ഗാമാ പ്രബന്ധത്തിന്റെ പ്രധാന ആശയങ്ങൾ ഇപ്രകാരമായിരുന്നു. പ്രപഞ്ചത്തിന്റെ തുടക്കം വളരെ ഉയർന്ന താപനിലയും മർദ്ദവും ഉള്ള ഒരു അവസ്ഥയിൽ നിന്നായിരുന്നു. അക്കാലത്ത് ആറ്റങ്ങളോ തന്മാത്രകളോ ഉണ്ടായിരുന്നില്ല. ദ്രവ്യമെന്നത് സ്വതന്ത്രമായ പ്രോട്ടോൺ, ന്യൂട്രോൺ, ഇലക്ട്രോൺ എന്നിവയുടെ രൂപത്തിലായിരുന്നു. പിന്നീട് അനുയോജ്യമായ താപനിലയിൽ ന്യൂട്രോണുകളും പ്രോട്ടോണുകളും ഇലക്ട്രോണുകളും പടിപടിയായി യോജിച്ചാണ് ഇന്നുകാണുന്ന മൂലകങ്ങളെല്ലാം ഉണ്ടായത്. അന്നത്തെ അവസ്ഥയിൽ ധാരാളം താപവികിരണവും ഉണ്ടായിരുന്നു. പിന്നീടത് തണുത്തുതണുത്ത് ഏതാനും കെൽവിൻമാത്രം താപനിലയിലുള്ള തമോവസ്തുവികിരണങ്ങൾ (black body radiation) ആയി മാറിയിരിക്കണം. ഇന്നത് പശ്ചാത്തലവികിരണ(background radiation) മായി എല്ലായിടത്തും വ്യാപിച്ചു നിൽക്കുന്നതായി കരുതാം.

നമുക്കു നേരിട്ടറിയാവുന്ന ദൃശ്യപ്രപഞ്ചത്തിലെ 99 ശതമാനവും ഹൈഡ്രജനും ഹീലിയവും അവയുടെ ഐസോടോപ്പുകളും ചേർന്നതാണ്. ഇതു വിശദീകരിക്കുവാൻ ഗാമോവിനും കൂട്ടർക്കും സാധിച്ചു. എന്നാൽ ഇവയോടൊപ്പം ഹീലിയത്തിനുമപ്പുറത്തുള്ള മൂലകങ്ങൾ (ഉദാഹരണം കാർബൺ, ഓക്സിജൻ) കാര്യമായ അളവിൽ ഉണ്ടാവില്ല.

ന്യൂക്ലിയർ ഫിസിക്സ് കൂടുതൽ കൃത്യത ആർജിച്ചപ്പോഴാണ് ഇതു ബോധ്യമായത്. ഇന്നത്തെ ഭൂമിയിലും സൂര്യനിലുമൊക്കെ ഉള്ള ഇത്തരം മൂലകങ്ങളുടെ സൃഷ്ടി ശരിയായി വിശദീകരിക്കാൻ ഗാമോവിനും കൂട്ടർക്കും കഴിഞ്ഞിരുന്നില്ല. പിന്നീട് ഹാൻസ് ബെഥെ (ആൽഫാ, ബീറ്റാ, ഗാമാ പ്രബന്ധത്തിൽ കയറിപ്പറ്റിയ 'ബീറ്റ' തന്നെ) ആണ് ഇത് ശരിയായി വിശദീകരിച്ചത്. നക്ഷത്രങ്ങളുടെ അന്തർഭാഗത്ത് നടക്കുന്ന ന്യൂക്ലിയർ സംലയനങ്ങളിലൂടെയാണ് ഇത്തരം മൂലകങ്ങൾ സൃഷ്ടിക്കപ്പെടുന്നത്. ഇവയിൽ ചില നക്ഷത്രങ്ങൾ പൊട്ടിത്തെറിക്കുമ്പോഴാണ് ഈ മൂലകങ്ങൾ പ്രപഞ്ചത്തിൽ വിതറപ്പെടുന്നത്. പൂർണ്ണമായും ശരിയായില്ലെങ്കിൽ കൂടിയും ഗാമോവിന്റെയും കൂട്ടരുടേയും ആശയങ്ങളെ പിന്നീടു നടന്ന നിരീക്ഷണങ്ങൾ പൊതുവെ ശരിവെക്കുകയായിരുന്നു. അവരുടെ പ്രവചനങ്ങളിൽ പ്രധാനപ്പെട്ടത് പശ്ചാത്തലവികിരണത്തിന്റേതായിരുന്നു. ഈ പശ്ചാത്തലവികിരണം ഏതാണ്ട് 5 ഡിഗ്രി കെൽവിൻ (−268ºC) താപനിലയുള്ള വസ്തുക്കളിൽ നിന്ന് പുറത്തുവരുന്ന വികിരണത്തിനു സമാനമായിരിക്കണം എന്നാണ് ഗാമോവും കൂട്ടരും കണക്കാക്കിയത്. അത് ഏതാണ്ട് ശരിയായിരുന്നു എന്ന് വർഷങ്ങൾക്കുശേഷം തെളിഞ്ഞു. 1965-ൽ പെൻസിയാസ്, വിൽസൺ എന്നീ എഞ്ചിനീയർമാരാണ് ഇത് കണ്ടെത്തിയത്. 2.5 ഡിഗ്രി കെൽവിനും 4.5 ഡിഗ്രി കെൽവിനും ഇടയിലാണ് വികിരണത്തിന്റെ താപനില എന്നാണ് അവർ കണക്കാക്കിയത്. അതിന്റെ കണ്ടുപിടുത്തം രസകരമായ മറ്റൊരു കഥയാണ്.

*

8

നക്ഷത്രങ്ങളിൽ പിറന്നവർ

മഹാവിസ്ഫോടന സിദ്ധാന്തം ആവിഷ്കരിച്ച ജോർജ് ഗാമോവിനെപ്പോലുള്ളവർ ധരിച്ചിരുന്നത് ആദിമ ഊർജ്ജത്തിൽനിന്ന് സൃഷ്ടിക്കപ്പെട്ട ദ്രവ്യമാണ് നാം ചുറ്റും കാണുന്നതെല്ലാമെന്നാണ്. നാം കാണുന്ന ദ്രവ്യമെല്ലാം ആറ്റങ്ങൾകൊണ്ട് നിർമ്മിതമാണല്ലോ. ആറ്റങ്ങളാകട്ടെ പ്രോട്ടോണുകളും ന്യൂട്രോണുകളും ചേർന്ന ഒരു അണുകേന്ദ്രവും (ന്യൂക്ലിയസ്) അതിന്റെ ചുറ്റും തിരിയുന്ന ഇലക്ട്രോണുകളും ചേർന്നതാണ്. എല്ലാ ആറ്റങ്ങളുടെയും ഘടന ഇതു തന്നെ. പ്രപഞ്ചാരംഭത്തിൽ പ്രോട്ടോണുകളും ന്യൂട്രോണുകളും സൃഷ്ടിക്കപ്പെട്ടതിനുശേഷം പടിപടിയായി കൂടുതൽ കൂടുതൽ ഉയർന്ന മൂലകങ്ങൾ രൂപപ്പെടുകയാണുണ്ടായത് എന്നായിരുന്നു അന്നത്തെ ധാരണ. അങ്ങനെയെങ്കിൽ ഹൈഡ്രജൻ, ഹീലിയം എന്നീ മൂലകരൂപങ്ങളും കാർബൺ, ഓക്സിജൻ എന്നിവയും കടന്ന് ഇരുമ്പും സ്വർണവുമൊക്കെ സൃഷ്ടിക്കപ്പെടുന്നു. ഗാമോവും കൂട്ടരും ഈ ആശയങ്ങൾ രൂപപ്പെടുത്തുന്ന കാലത്ത് ന്യൂക്ലിയർ ഭൗതികം അതിന്റെ ശൈശവദശയിലായിരുന്നു. പിന്നീട് ഉണ്ടായ ഗവേഷണങ്ങളിലൂടെ ഒരു കാര്യം ബോധ്യമായി. ഹൈഡ്രജൻ, ഹൈഡ്രജന്റെ ഐസോടോപ്പുകളായ ഡ്യൂട്ടീരിയം, ട്രിറ്റിയം, ഹീലിയത്തിന്റെ ഐസോടോപ്പുകൾ ഇവയൊക്കെ മഹാസ്ഫോടനകാലത്ത് സൃഷ്ടിക്കപ്പെടും. പ്രോട്ടോണുകളുടെ എണ്ണം തുല്യവും ന്യൂട്രോണുകളുടെ എണ്ണം വ്യത്യസ്തവുമായ അണുകേന്ദ്രങ്ങൾ ഉള്ള വസ്തുക്കളെ ഐസോടോപ്പുകൾ എന്നു പറയുന്നു. പക്ഷേ കാർബൺ, ഓക്സിജൻ തുടങ്ങിയ അണുസംഖ്യ കൂടിയ മൂലകങ്ങൾ അക്കാലത്ത് സൃഷ്ടിക്കപ്പെടാൻ സാധ്യതയില്ല. ഹൈഡ്രജന്റെയും ഹീലിയത്തിന്റെയും ഐസോടോപ്പുകൾ കഴിഞ്ഞാൽ പിന്നെ ന്യൂക്ലിയർ സംലയനത്തിന് ബുദ്ധിമുട്ടാണ്. ഹീലിയത്തിന്റെയും

ഹൈഡ്രജന്റെയും ഓരോ അണുകേന്ദ്രങ്ങളെ ചേർത്തോ രണ്ടു ഹീലിയം അണുകേന്ദ്രങ്ങളെ ചേർത്തോ സ്ഥിരതയുള്ള അണുകേന്ദ്രങ്ങളെ സൃഷ്ടിക്കാൻ കഴിയാത്തതിനാലാണ് അത്. അതായത് മഹാവിസ്ഫോടനത്തിന്റെ ആദ്യനിമിഷങ്ങളിൽ ആവർത്തനപ്പട്ടികയിലെ തുടക്കക്കാരെ മാത്രമേ സൃഷ്ടിക്കാൻ കഴിയൂ. അതേസമയം തന്നെ പ്രപഞ്ചത്തിലുള്ള ഈ ആറ്റങ്ങളുടെ അനുപാതം നിരീക്ഷണങ്ങളിൽ നിന്ന് കണ്ടെത്തിയത് മഹാവിസ്ഫോടന സിദ്ധാന്തവുമായി ഒത്തുപോകുന്നുണ്ട്. സിദ്ധാന്തം അനുസരിച്ച് ദ്രവ്യമാനത്തിന്റെ കണക്കിൽ ഹൈഡ്രജനും ഹീലിയവും ഏതാണ്ട് 3:1 എന്ന അനുപാതത്തിലായിരിക്കണം. എണ്ണത്തിന്റെ കണക്കനുസരിച്ചാണെങ്കിൽ ഇത് ഏതാണ്ട് 12:1 എന്നായിരിക്കും. മറ്റെല്ലാ ആറ്റങ്ങളും ചേർന്നാൽ ആകെ ദ്രവ്യമാനത്തിന്റെ പതിനായിരത്തിൽ ഒന്നുപോലും വരില്ല. അപ്പോൾ പിന്നെ നാം ശ്വസിക്കുന്ന വായുവിലെ ഓക്സിജൻ, കഴിക്കുന്ന ആഹാരത്തിലെ കാർബൺ തുടങ്ങിയ മൂലകങ്ങൾ എങ്ങനെ ഉണ്ടായി? ഭൂമിയിൽ നടക്കുന്ന യാതൊരു വിധ പ്രതിപ്രവർത്തനങ്ങളിലും ആറ്റങ്ങൾ വലിയതോതിൽ സൃഷ്ടിക്കപ്പെടുന്നില്ല. രാസപ്രവർത്തനങ്ങൾ നടക്കുമ്പോൾ അവയുടെ വിന്യാസം മാറുന്നതേയുള്ളൂ.

ഭൂമിയും മറ്റുഗ്രഹങ്ങളും ഒക്കെ സൃഷ്ടിക്കപ്പെട്ടപ്പോൾ തന്നെ ഈ ആറ്റങ്ങളൊക്കെ ഇവിടെ ഉണ്ടായിരുന്നു. മഹാവിസ്ഫോടനകാലത്ത് സൃഷ്ടിക്കപ്പെട്ടതല്ലെങ്കിൽ പിന്നെ എന്നാണ് ഇവ ഉണ്ടായത്, എങ്ങനെയാണ് ഉണ്ടായത്? 1950കളിലാണ് ഇതിന് ഉത്തരം ലഭിച്ചത്.

1952 സാൽപീറ്റർ എന്ന ശാസ്ത്രജ്ഞൻ ഒരു കണ്ടുപിടുത്തം നടത്തി. ഹൈഡ്രജനും ഹീലിയത്തിനും അപ്പുറത്തെ മൂലകങ്ങൾ നക്ഷത്രങ്ങളുടെ അന്തർഭാഗത്ത് സൃഷ്ടിക്കപ്പെടും. വൻ നക്ഷത്രങ്ങളുടെ കാമ്പിൽ മർദ്ദവും താപനിലയും അധികമായിരിക്കും. അവിടെ രണ്ടു ഹീലിയം അണുകേന്ദ്രങ്ങൾ ചേർന്ന് ഒരു ബെറിലിയം അണുകേന്ദ്രം ഉണ്ടാകാം. അണുഭാരം 8 ആയിട്ടുള്ള ബെറിലിയം ഐസോടോപ്പ് (^{8}Be) അസ്ഥിരമാണ്. അത് സാധാരണഗതിയിൽ വളരെ കുറച്ചുനേരം മാത്രമാണ് നിലനിൽക്കുക. പക്ഷേ നക്ഷത്രാന്തർഭാഗത്ത് ധാരാളം ഹീലിയം ഉള്ളതിനാൽ ബെറിലിയം അണുകേന്ദ്രവുമായി ഒരു ഹീലിയം അണുകേന്ദ്രം കൂടിച്ചേർന്ന് ഒരു

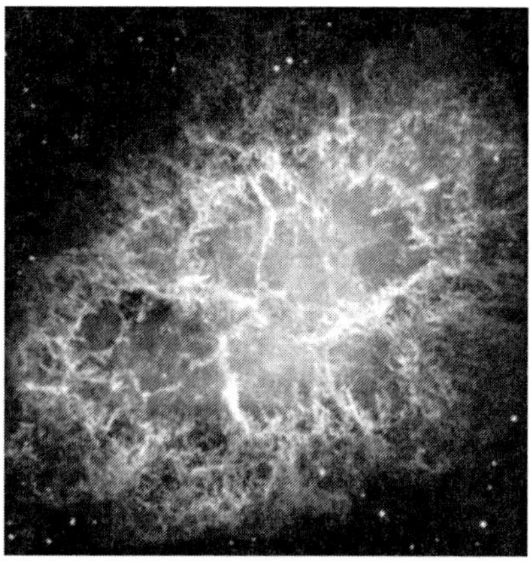

ക്രാബ് നെബുല - എ ഡി 1054-ൽ കണ്ടെത്തിയ ഒരു സൂപ്പർനോവയുടെ സ്ഥാനത്ത് ഇന്നു കാണുന്നത് പൊട്ടിത്തെറിയാൽ വികസിച്ചുകൊണ്ടിരിക്കുന്ന വാതകപടലങ്ങൾ.

കാർബൺ അണുകേന്ദ്രം ഉണ്ടാകാം. കാർബൺ നല്ല സ്ഥിരതയുള്ള മൂലകമാണ്. അതുകഴിഞ്ഞാൽ മറ്റൊരു ഹീലിയം അണുകേന്ദ്രവുംകൂടി ചേർന്ന് ഓക്സിജൻ ഉണ്ടാകാം. ഇങ്ങനെ ആവർത്തനപട്ടികയിലെ ഇരുമ്പുവരെയുള്ള മൂലകങ്ങൾ ഉണ്ടാകാം. അതുവരെയുള്ള ന്യൂക്ലിയർ സംലയനങ്ങളിൽ കുറച്ചു ദ്രവ്യം ഊർജ്ജമായി മാറുന്നതിനാൽ അവയെല്ലാം ഊർജ്ജമോചകപ്രക്രിയകൾ ആണ്. ഇത്രയും സാധ്യമാകും എന്ന കണ്ടെത്തൽ വലിയൊരു മുന്നേറ്റമായിരുന്നു. പക്ഷേ രണ്ടു പ്രശ്നങ്ങൾ അവശേഷിക്കുന്നു.

പ്രശ്നം ഒന്ന് : നക്ഷത്രാന്തർഭാഗത്ത് ഉണ്ടാകുന്ന ഉയർന്ന അണുഭാരമുള്ള മൂലകങ്ങൾ അവിടെനിന്ന് എങ്ങനെ പുറത്തുവരും?

പ്രശ്നം രണ്ട് : ആവർത്തനപ്പട്ടികയിലെ ഇരുമ്പുവരെയുള്ള മൂലകങ്ങൾ മാത്രമാണല്ലോ ഇത്തരത്തിൽ സൃഷ്ടിക്കപ്പെടുക. അപ്പോൾ ഇരുമ്പിനുശേഷമുള്ള സ്വർണ്ണവും യുറേനിയവും തോറിയവും പോലുള്ള മൂലകങ്ങളോ?

ഈ പ്രശ്നങ്ങൾക്ക് ഉത്തരം ലഭിച്ചത് 1957-ലാണ്. പ്രശസ്ത ശാസ്ത്രജ്ഞ മാർഗരറ്റ് ബർബിഡ്ജ്, അവരുടെ സഹപ്രവർത്തകരായ ജെഫ്രി, ഫൗളർ, ഹോയ്ൽ എന്നിവർ ചേർന്ന് ശാസ്ത്രലോകത്തെ വിസ്മയിപ്പിച്ച ഒരു ഗവേഷണപ്രബന്ധം തയ്യാറാക്കി. ദ്രവ്യമാനം കൂടിയ ചില നക്ഷത്രങ്ങൾ സൂപ്പർനോവയായി പൊട്ടിത്തെറിക്കാം. സാധാരണ ഗതിയിൽ ഒരു നക്ഷത്രം പുറപ്പെടുവിക്കുന്നതിന്റെ ശതകോടിക്കണക്കിന് മടങ്ങ് ഊർജ്ജം ചെറിയ ഒരു സമയംകൊണ്ട് പുറത്തുവരുമത്രേ. പണ്ട്, എ ഡി 1054-ൽ ഒരു സൂപ്പർനോവ ദൃശ്യമായത് പകൽപോലും കാണാമായിരുന്നുവത്രേ!

സൂപ്പർനോവയുണ്ടാകുമ്പോൾ നക്ഷത്രാന്തർഭാഗത്തുള്ള കലവറയിൽനിന്ന് അണുഭാരം കൂടിയ മൂലകങ്ങൾക്കു പുറത്തുവരാൻ കഴിയും. കൂടാതെ ആവർത്തനപ്പട്ടികയിൽ ഇരുമ്പിനും അപ്പുറത്തുള്ള മൂലകങ്ങൾ ഈ സമയത്ത് സൃഷ്ടിക്കപ്പെടുകയും ചെയ്യാം. സൂപ്പർനോവ ഉണ്ടാകുമ്പോൾ ന്യൂട്രോണുകളുടെ അതിശക്തമായ ഒഴുക്കുണ്ടാകും. ഈ ന്യൂട്രോണുകൾ അണുകേന്ദ്രങ്ങളിൽ ചെന്നു

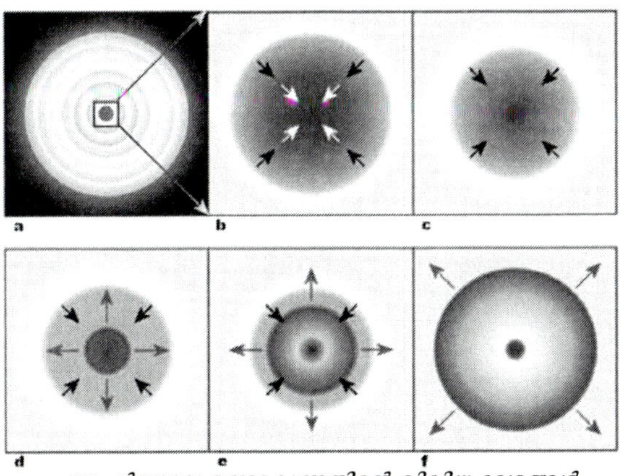

സൂപ്പർനോവ ഉണ്ടാകുന്നതിന്റെ വിവിധ ഘട്ടങ്ങൾ.

പതിക്കുമ്പോൾ അണുഭാരം കൂടിയ മൂലകങ്ങൾ സൃഷ്ടിക്കപ്പെടും. ഇവ സൂപ്പർനോവസമയത്ത് നക്ഷത്രങ്ങളിൽനിന്ന് പുറത്തുപോകും. നമ്മുടെ ചുറ്റുമുള്ള ആറ്റങ്ങളിൽ ഹൈഡ്രജൻ, ഹീലിയം എന്നിവ ഒഴികെയുള്ളത് സൂപ്പർനോവ സമയത്ത് സൃഷ്ടിക്കപ്പെട്ടവയോ വിതരണം ചെയ്യപ്പെട്ടവയോ ആണ്. വിശ്വസിക്കാൻ പറ്റിയാലും ഇല്ലെങ്കിലും സത്യമിതാണ്. ഇത് വെറുമൊരു ഊഹാപോഹമല്ല. പല സൂപ്പർനോവകളും നമുക്കു ദൂരദർശിനികളിലൂടെ നേരിട്ട് പരിശോധിക്കാൻ കഴിഞ്ഞിട്ടുണ്ട്. മൂലകങ്ങൾ സൃഷ്ടിക്കപ്പെടുമ്പോൾ അവ പലപ്പോഴും അധികഊർജ്ജമുള്ള ഉത്തേജിത അവസ്ഥയിലായിരിക്കും. ഈ അധികഊർജ്ജം അവ താമസിയാതെതന്നെ പുറത്തുവിടും. ഇത് ഗാമാകിരണത്തിന്റെ രൂപത്തിലായിരിക്കും. ഇതിന്റെ ഊർജ്ജം ഓരോ മൂലകത്തിനും ഓരോ തരത്തിലായിരിക്കും. ഈ ഗാമാകിരണങ്ങളെ പിടിച്ചെടുക്കാൻ ശേഷിയുള്ള പ്രത്യേക നിരീക്ഷണനിലയങ്ങൾ ബഹിരാകാശത്ത് സ്ഥാപിക്കപ്പെട്ടിട്ടുണ്ട്. ഇവ വഴിയുള്ള നിരീക്ഷണങ്ങളിലൂടെ സൂപ്പർനോവസമയത്ത് മൂലകങ്ങൾ സൃഷ്ടിക്കപ്പെടുന്നുവെന്ന് സംശയലേശമന്യേ കണ്ടെത്തിയിട്ടുണ്ട്.

നമ്മുടെ ശരീരത്തിലുള്ള കാർബണും ഓക്സിജനും ഇരുമ്പുമൊക്കെ പണ്ടെന്നോ ഏതോ നക്ഷത്രങ്ങളിൽ ഉണ്ടായതാണെന്ന് തിരിച്ചറിയുമ്പോൾ ആണ് “നാം നക്ഷത്രങ്ങളിൽ ജനിച്ചവർ” എന്നു പറയുന്നത് അക്ഷരാർത്ഥത്തിൽ ശരിയാകുന്നത്.

*

9

ആദ്യവെളിച്ചം

പശ്ചാത്തലവികിരണത്തിന്റെ കഥ

അമേരിക്കയിലെ ബെൽ ടെലിഫോൺ ലബോറട്ടറിയിലെ എഞ്ചിനീയർമാരായിരുന്നു ആർണോ പെൻസിയാസും (Arno Penzias) റോബർട്ട് വിൽസനും. അവിടെ ഉപയോഗമില്ലാതെ കിടന്നിരുന്ന ഒരു റേഡിയോ ആന്റിന ഉണ്ടായിരുന്നു. അതുപയോഗിച്ച് നമ്മുടെ ഗാലക്സിയിൽ നിന്നു വരുന്ന റേഡിയോ തരംഗങ്ങളെക്കുറിച്ചു പഠിക്കാൻ അവർ തീരുമാനിച്ചു. 1964-ൽ ആയിരുന്നു ഇത്. ഇടിമിന്നലുണ്ടാകുമ്പോഴും മറ്റും റേഡിയോയിൽ ഒരു ഇരമ്പൽ ശബ്ദം കേൾക്കാറുണ്ടല്ലോ? ഇതിന് എഞ്ചിനീയർമാരുടെ ഭാഷയിൽ 'നോയ്സ്' (noise) എന്നു പറയും. റേഡിയോ ആന്റിനയിലെയും ഇലക്ട്രോണിക് സർക്യൂട്ടുകളിലേയും ഇലക്ട്രോണുകളുടെ ക്രമരഹിത ചലനം (random motion) വഴിയും ഇത്തരം 'ഒച്ച' ഉണ്ടാകാം. ഈ 'ഒച്ച' പൊതുവേ ശല്യക്കാരനാണ്. എന്നാൽ ഇവർക്ക് കിട്ടിയ ആന്റിന

റോബെർട്ട് വിൽസൻ (1927 – 2002), അർണോ പെൻസിയാസ് (1933–) എന്നിവർ അവരുടെ പ്രസിദ്ധമായ ആന്റിനയുടെ അരികിൽ.

വളരെ നല്ല ഇനത്തിൽ പെട്ടതായിരുന്നു. എങ്കിലും കുറച്ച് 'ഒച്ച' ഇതിനുണ്ടായിരുന്നു. ഇത് ഒഴിവാക്കാനായി അവർ ഒരു മാർഗ്ഗം അവലംബിച്ചു. ആന്റിനയിൽനിന്നു കിട്ടുന്ന സിഗ്നലിനെ ഒരു തണുത്ത വസ്തുവിൽ നിന്നുള്ള സിഗ്നലുമായി താരതമ്യപ്പെടുത്തുക എന്നതായിരുന്നു അത്. ഇതിനുവേണ്ടി ദ്രവീകൃത ഹീലിയംകൊണ്ടു തണുപ്പിച്ച ഒരു കൃത്രിമസ്രോതസ്സ് അവർ ഉണ്ടാക്കി. ഇത്തരത്തിൽ സിഗ്നലുകൾ താരതമ്യം ചെയ്യുമ്പോൾ വളരെ കൃത്യതയോടെ യഥാർത്ഥ സിഗ്നലിനെ വേർതിരിച്ചെടുക്കാൻ കഴിയും. ഇങ്ങനെ ചെയ്തപ്പോൾ ഒരു കാര്യം അവർ കണ്ടെത്തി. ആന്റിന എങ്ങോട്ടു തിരിച്ചാലും ഏതെങ്കിലും സിഗ്നലെന്നു പറയാൻ പറ്റാത്ത 'ഒച്ച' കിട്ടുന്നു. ഇത് ഭൂമിയുടെ അന്തരീക്ഷത്തിലുണ്ടാകുന്ന ഏതെങ്കിലും പ്രതിഭാസം കൊണ്ടാകാമെന്നായിരുന്നു ആദ്യ ധാരണ. അങ്ങനെയെങ്കിൽ ആന്റിന നേരെ മുകളിലേക്കു തിരിക്കുമ്പോഴും ചക്രവാളത്തിനു നേരെ തിരിക്കുമ്പോഴും ഫലം വ്യത്യസ്തമാകണം. കാര്യങ്ങൾ അങ്ങനെ ആയിരുന്നില്ല. ഒടുവിൽ അവരുടെ ആന്റിനയുടെ കഴുത്തിൽ വന്നിരിക്കാറുള്ള ചില പ്രാവുകളുടെ അവശിഷ്ടംകൊണ്ടുണ്ടാകുന്ന പ്രശ്നമായിരിക്കാം അതെന്ന് അവർ ഊഹിച്ചു. പ്രാവുകളെ ഓടിക്കുകയും എല്ലാം വൃത്തിയാക്കുകയും ചെയ്തിട്ടും 'ഒച്ച' ബാക്കിയായി. 1965 ആദ്യത്തോടെ നീണ്ട നിരീക്ഷണങ്ങൾക്കൊടുവിൽ അവർക്ക് കാര്യം ഏതാണ്ടു ബോധ്യമായി. തങ്ങൾക്കു കിട്ടിയ 'ഒച്ച' ശരിക്കും സിഗ്നൽ തന്നെ. പ്രപഞ്ചത്തിന്റെ എല്ലാ കോണുകളിൽനിന്നും മൈക്രോവേവ് തരംഗങ്ങൾ വരുന്നുണ്ട്. അതാണ് അവർ അബദ്ധവശാൽ കണ്ടെത്തിയത്. ഇതിനിടയിൽ ചില സുഹൃത്തുക്കൾവഴി മഹാവിസ്ഫോടന സിദ്ധാന്തം ഇത്തരത്തിൽ മൈക്രോവേവ് തരംഗങ്ങളുടെ ഒരു പശ്ചാത്തലം പ്രവചിച്ചിരുന്നതായി അവർ അറിഞ്ഞു. തങ്ങൾ നടത്തിയ മഹത്തായ കണ്ടുപിടുത്തത്തെക്കുറിച്ച് അവർക്ക് സാവധാനം ബോധ്യം വന്നു. പ്രപഞ്ചത്തിന്റെ ശൈശവകാലത്ത് സഞ്ചാരം ആരംഭിച്ച വെളിച്ചത്തിന്റെ അലകളാണ് തങ്ങളുടെ മൈക്രോവേവ് ആന്റിനകളിൽ വന്നു പതിച്ചതെന്ന് അവർ മനസ്സിലാക്കി. താമസിയാതെ അതു ലോകം മുഴുവനും അറിഞ്ഞു. 1978-ലെ നോബൽ സമ്മാനം നൽകി ശാസ്ത്രലോകം അവരെ ആദരിച്ചു. പെൻസിയാസും

ജോർജ് സ്മൂട്ടും (1945-), ജോൺ മേത്തറും (1946-) കോസ്മിക് പശ്ചാത്തല വികിരണത്തെക്കുറിച്ചു വിശദമായി പഠിച്ചതിന് 2006-ലെ ഫിസിക്സ് നോബെൽ പുരസ്കാരം നേടിയവർ.

വിൽസണും കണ്ടെത്തിയ പശ്ചാത്തലവികിരണത്തിന്റെ വിശദാംശങ്ങൾ അറിയാനുള്ള ഒരു വൻപദ്ധതി നടപ്പിലായത് 1979-ൽ നാസ കോബി (COBE - Cosmic Background Explorer) എന്ന പേരിൽ ഒരു ബഹിരാകാശപേടകത്തെ ബഹിരാകാശത്തിൽ എത്തിച്ചപ്പോഴാണ്. ഈ പശ്ചാത്തലവികിരണത്തെ അതിന്റെ തരംഗദൈർഘ്യമനുസരിച്ച് ഇൻഫ്രാറെഡ്, ഫാർ ഇൻഫ്രാറെഡ്, മൈക്രോവേവ് എന്നീ വികിരണങ്ങളുടെ കൂട്ടത്തിലാണ് പെടുത്തിയിട്ടുള്ളത്. ഈ തരംഗങ്ങളിൽ വളരെ ചെറിയ ഒരു ഭാഗം മാത്രമാണ് ഭൂമിയുടെ അന്തരീക്ഷം കടന്ന് ഭൗമോപരിതലത്തിൽ എത്തുന്നത്. 1965-ൽ കണ്ടെത്തിയത് മൈക്രോവേവിൽപ്പെട്ട പ്രത്യേക തരംഗദൈർഘ്യമുള്ള ചില വികിരണങ്ങൾ മാത്രമാണ്. ഇവയെ പൂർണ്ണമായും നിരീക്ഷിക്കണമെങ്കിൽ ഭൂമിയുടെ അന്തരീക്ഷത്തിനു വെളിയിൽ നിരീക്ഷണോപകരണങ്ങൾ എത്തിക്കുകയാണ് ഏകമാർഗ്ഗം.

കോബി ബഹിരാകാശപേടകം

'കോബി' ബഹിരാകാശപേടകം വഴി നടത്തിയ പഠനങ്ങളിലൂടെ ഈ പശ്ചാത്തലവികിരണം തമോവസ്തു(ബ്ലാക്ക്ബോഡി) വികിരണത്തെ സംബന്ധിച്ചുള്ള മാക്സ് പ്ലാങ്കിന്റെ സമവാക്യത്തെ പൂർണ്ണമായും ശരിവയ്ക്കുന്നതാണെന്ന് ശാസ്ത്രലോകത്തിന് ബോധ്യമായി. അതുകൊണ്ടുതന്നെ പശ്ചാത്തലവികിരണത്തെ വിശദീകരിക്കാൻ മഹാസ്ഫോടനസിദ്ധാന്തത്തെ ഒഴിവാക്കിക്കൊണ്ടുള്ള പദ്ധതികൾക്കു കെല്പില്ല എന്നു വ്യക്തമായി. വികിരണത്തിന്റെ ശരാശരി താപനില 2.725 ഡിഗ്രി കെൽവിൻ എന്ന് കൃത്യതയോടെ നിർണ്ണയിക്കാനും ഇത്തരത്തിൽ സാധ്യമായി. ഇത് എല്ലാ ദിശയിലും ഒരുപോലെയാണ്. ഒരു ലക്ഷ[illegible] ഇതിലുള്ള വ്യതിയാനങ്ങൾ. ഈ ചെറുവ്യതിയാനങ്ങളാകട്ടെ ആദിമപ്രപഞ്ചത്തിൽ ഗാലക്സികളുടേയും മറ്റും രൂപീകരണത്തെ സൂചിപ്പിക്കുന്നു. ഇതിന്റെ വിശദാംശങ്ങൾ മഹാവിസ്ഫോടനസിദ്ധാന്തവുമായി യോജിച്ചു പോകുന്നു.

*

10

സൂക്ഷ്മപ്രപഞ്ചം

പ്രപഞ്ചത്തെ ആകെയെടുത്ത് പഠിക്കുന്ന ശാസ്ത്രശാഖയാണ് വിശ്വവിജ്ഞാനീയം അഥവാ കോസ്മോളജി. പ്രപഞ്ചത്തെ ഒന്നാകെ എടുക്കുമ്പോൾ നമ്മുടെ ഭൂമിയും സൗരയൂഥവും ഒക്കെ നിസ്സാരന്മാർ. ശതകോടിക്കണക്കിന് നക്ഷത്രങ്ങളെ ഉൾക്കൊള്ളുന്ന ഗാലക്സികളെപ്പോലും കോസ്മോളജിക്കാർ നിസ്സാരവൽക്കരിക്കും. ഗാലക്സികളെത്തന്നെ പ്രപഞ്ചത്തിലെ ചെറുതരികളായി എടുത്താണ് ഭൗതികശാസ്ത്ര സമവാക്യങ്ങൾ അനുസരിച്ച് അവയുടെ ഗതിവിഗതികൾ മനസ്സിലാക്കുന്നത്.

ഉന്നത ഊർജ്ജത്തിൽ രണ്ട് ആറ്റങ്ങൾ കൂട്ടിയിടിക്കുമ്പോൾ ഊർജ്ജം ദ്രവ്യമായി മാറുന്നു. അങ്ങനെ ഉണ്ടാകുന്ന ആയിരക്കണക്കിന് കണങ്ങളുടെ പാതയാണ് ചിത്രത്തിൽ. ബ്രൂക്ക് ഹാവെൻ പരീക്ഷണശാലയിൽ എടുത്ത ചിത്രം.

പ്രപഞ്ചത്തിലെ ഏറ്റവും വലിയ വസ്തുക്കളെക്കുറിച്ചു പഠിക്കുന്നതാണ് വിശ്വവിജ്ഞാനീയമെങ്കിൽ ഏറ്റവും ചെറിയ വസ്തുക്കളെക്കുറിച്ചു പഠിക്കുന്ന ശാസ്ത്രശാഖയാണ് കണികാഭൗതികം അഥവാ പാർട്ടിക്കിൾ ഫിസിക്സ്. കോസ്മോളജിയിലെ പല ചോദ്യങ്ങളുടേയും ഉത്തരം വരേണ്ടത് കണികാഭൗതികത്തിൽനിന്നാണ് എന്നത് നമ്മെ തെല്ലൊന്നമ്പരപ്പിക്കുന്ന കാര്യമാണ്. പ്രപഞ്ചോല്പത്തിയുടെ ആദ്യ സെക്കന്റുകളിൽത്തന്നെ അതിന്റെ ഭാവി നിർണ്ണയിക്കപ്പെട്ടുകഴിഞ്ഞിരുന്നു. അതു മനസ്സിലാക്കണമെങ്കിൽ ചെറുതിൽ ചെറുതിനെക്കുറിച്ചുള്ള ഗവേഷ

ഇലക്ട്രോണിനെ കണ്ടെത്തിയ ജെ ജെ തോംസൺ. ശാസ്ത്രജ്ഞർ വിശദമായി പഠിച്ച ആദ്യ മൗലികകണം ഇലക്ട്രോൺ ആയിരുന്നു.

ണങ്ങളിൽ നിന്നു കിട്ടുന്ന അറിവിന്റെ പൊട്ടുകളെല്ലാം നാം പരിശോധിക്കണം. നമുക്കിതുവരെ ഉത്തരം കിട്ടാത്ത പല സുപ്രധാനചോദ്യങ്ങളുടേയും ഉത്തരം വരേണ്ടതും കണികാഭൗതികത്തിൽ നിന്നാണ്. ഇക്കാരണങ്ങളാൽ കണികാഭൗതികത്തിലെ ഗവേഷണങ്ങൾ ഇന്ന് എത്തിനിൽക്കുന്ന അവസ്ഥ മനസ്സിലാക്കിയിരിക്കുന്നത് നല്ലതാണ്.

എല്ലാം കണങ്ങൾകൊണ്ടുണ്ടാക്കിയിരിക്കുന്നുവെന്ന് കണാദന്റെ കാലം മുതലേ പലരും പറഞ്ഞിട്ടുണ്ടെങ്കിലും നിരീക്ഷണപരീക്ഷണങ്ങളുടെ ശക്തമായ പിൻബലത്തോടെ അതു സ്ഥാപിക്കപ്പെട്ടത് 19-ാം നൂറ്റാണ്ടിന്റെ അവസാനത്തിൽ മാത്രമാണ്. ഇരുപതാം നൂറ്റാണ്ടിന്റെ ആദ്യകാലത്തുപോലും ശാസ്ത്രജ്ഞർ എല്ലാവരും അതംഗീകരിച്ചിരുന്നില്ല. ഛേദിക്കാൻ അല്ലെങ്കിൽ പിളർക്കാൻ പറ്റാത്തത് എന്ന അർഥത്തിലാണ് ആറ്റം എന്ന വാക്ക് ആദ്യം ഉപയോഗിച്ചത്. ഒരു പരിധിവരെ അത് ഇന്നും ശരിയാണ്. സാധാരണഗതിയിൽ നാം ഒരു വസ്തുവിനെ ചുറ്റികകൊണ്ടടിച്ചു പൊട്ടിച്ചാലോ ഇടിച്ചുപൊടിച്ചാലോ ചൂടാക്കിയാലോ രാസപ്രവർത്തനങ്ങൾക്കു വിധേയമാക്കിയാലോ ആറ്റങ്ങൾക്കു നാശം വരുന്നില്ല. നാം ശ്വസിക്കുമ്പോൾ നമ്മുടെ ശ്വാസകോശം വഴി ശരീരത്തിനകത്തുകയറുന്ന ആറ്റങ്ങൾ ശതകോടി വർഷങ്ങളായി ഭൂമിയിൽ കഴിയുന്നവയാണ്. അവയിൽ പലതും നമ്മുടെ പ്രപിതാക്കളുടെ ശരീരത്തിന്റെ ഭാഗമായിരുന്ന ആറ്റങ്ങളാവാം. അവയ്ക്ക് സാധാരണഗതിയിൽ മരണമില്ല. എന്നാൽ പ്രത്യേക പരിസ്ഥിതിയിൽ ഈ ആറ്റങ്ങളേയും പിളർക്കാം. അതിനകത്തെ ഉപഘടകങ്ങളെപ്പറ്റി പഠിക്കുകയും ചെയ്യാം.

ആദ്യമായി കണ്ടെത്തിയ സബ്ആറ്റമിക് കണം ഇലക്ട്രോൺ ആണ്. 1897 ൽ സർ ജെ ജെ തോംസൺ എന്ന ബ്രിട്ടീഷ് ശാസ്ത്രജ്ഞനാണ് ഇതേക്കുറിച്ചു പഠിച്ചത്. ഇവയെ നമുക്ക് കണ്ണുകൊണ്ട് കാണാൻ കഴിയില്ല. ഏറ്റവും ശക്തിയേറിയ സൂക്ഷ്മദർശിനി കൊണ്ടുപോലും ഇവയെ കാണാൻ കഴിയില്ല. പക്ഷേ, മറ്റുപലതരത്തിലും പരോക്ഷമായി കാണാൻ കഴിയും. ടെലിവിഷനിൽ ഒരു ചിത്രം കാണുമ്പോൾ, നാം ഒരു കാര്യം ഓർമ്മിക്കണം. അതിലെ ശൂന്യ അറയ്ക്കകത്ത് സഞ്ചരിക്കുന്ന ഇലക്ട്രോണുകൾ ടെലിവിഷൻ സ്ക്രീനിന്റെ നിശ്ചിതഭാഗത്ത് വന്നു വീഴുമ്പോൾ ആ ഇലക്ട്രോണിന്റെ ഊർജ്ജം പ്രകാശമായി പരിണമിക്കുമ്പോഴാണ് നമ്മുടെ മുന്നിൽ ഒരു ചിത്രം തെളിയുന്നത്. ഇലക്ട്രോണിന്റെ ഗതി നിയന്ത്രിക്കുക എന്നതാണ് ഇലക്ട്രോണിക്സിന്റെ മർമ്മം.

ഇലക്ട്രോൺ ദ്രവ്യമാനം വളരെ കുറഞ്ഞ ഒരു കണികയാണ്.

ആയിരം ആയിരം ആയിരം ആയിരം ആയിരം ആയിരം ആയിരം ആയിരം ആയിരം ഇലക്ട്രോണുകളെ ഒരുമിച്ചുവെച്ചാലും അത് ഒരുഗ്രാം തികച്ചുണ്ടാവില്ല. ഇത്രയും ഇലക്ട്രോണുകളെ ഒരുമിച്ചുവെക്കാൻ ആർക്കും കഴിയില്ല എന്നത് മറ്റൊരു കാര്യം. ഇലക്ട്രോണുകൾക്കെല്ലാം വൈദ്യുത ചാർജ്ജ് ഉണ്ടെന്നതും അവ പരസ്പരം വികർഷിക്കുന്നുവെന്നതുമാണ് ഇതിനു കാരണം. ഇലക്ട്രോൺ കണ്ടുപിടിക്കപ്പെട്ട കാലംമുതൽക്കേ നെഗറ്റീവ് ചാർജ്ജുള്ള കണമെന്നാണ് ശാസ്ത്രലോകം അതിനെ വിളിച്ചത്. ആറ്റങ്ങൾ ചാർജില്ലാത്ത വസ്തുക്കളായതുകൊണ്ട് അവയിൽ ഇലക്ട്രോണിനു പുറമേ പോസിറ്റീവ് ചാർജ്ജ് ഉള്ള കണങ്ങൾ കൂടി ഉണ്ടാകണമല്ലോ? അത്തരം കണങ്ങളാണ് പ്രോട്ടോണുകൾ. ചാർജ്ജിന്റെ അളവിൽ ഇലക്ട്രോണും പ്രോട്ടോണും ഒപ്പത്തിനൊപ്പമാണ്. ഒന്നിന്റേത് നെഗറ്റീവും മറ്റൊന്നു പോസിറ്റീവും ആണെന്നുമാത്രം. ഇലക്ട്രോണും പ്രോട്ടോണും കണവും പ്രതികണവും ആണെന്ന ഒരു സിദ്ധാന്തം പോൾ ഡിറാക് എന്ന ശാസ്ത്രജ്ഞൻ അവതരിപ്പിച്ചുവെങ്കിലും അത് താമസിയാതെ തന്നെ തിരുത്തപ്പെടുകയുണ്ടായി. ഇലക്ട്രോണിന്റെ പ്രതികണം പ്രോട്ടോണല്ല, മറിച്ച് മറ്റൊരു കണമായിരിക്കണമെന്ന് പിന്നീട് മനസ്സിലായി. അധികം താമസിയാതെ അതു കണ്ടെത്തുകയുമുണ്ടായി. അതിന്റെ പേരാണ് പോസിട്രോൺ. അണുകേന്ദ്രങ്ങളിൽ പ്രോട്ടോണിനെക്കൂടാതെ മറ്റൊരു കണം കൂടി ഉണ്ടാകണമെന്ന് ശാസ്ത്രജ്ഞർ സംശയിക്കാൻ തുടങ്ങി. കുറേ തിരച്ചിലുകൾക്കു ശേഷം 1932-ൽ ന്യൂട്രോണിനെ കണ്ടെത്തുകയും ചെയ്തു. അതോടെ എല്ലാ അണുകേന്ദ്രങ്ങളുടേയും ഘടന വ്യക്തമായി. ആവർത്തനപ്പട്ടികയിലെ ഒന്നാമനായ ഹൈഡ്രജനിൽ ഒരു പ്രോട്ടോണും ഒരു ഇലക്ട്രോണും മാത്രം. പ്രോട്ടോൺതന്നെ അണുകേന്ദ്രം. അണുകേന്ദ്രത്തിൽ ഒരു ന്യൂട്രോണും കൂടി ആയാൽ അത് ഡ്യൂട്ടറോൺ എന്ന പേരിൽ അറിയപ്പെടുന്നു. ഇതിന്റെ ചുറ്റും തിരിയാൻ ഒരു ഇലക്ട്രോൺ കൂടി ചേർന്നാൽ ഹൈഡ്രജന്റെ ഐസോടോപ്പായ ഡ്യൂട്ടീറിയമായി. ഇതിന്റെകൂടെ ഒരു ന്യൂട്രോൺ കൂടി ചേർത്താൽ ട്രിഷിയമായി. പക്ഷേ ഇത് റേഡിയോ ആക്ടീവ് ആയതുകൊണ്ട് ആയുസ്സ് വളരെ കുറവാണ്. രണ്ടു പ്രോട്ടോണുകൾ മാത്രമായിട്ട് ഒരു അണുകേന്ദ്രം സാധ്യമല്ല. രണ്ടുപ്രോട്ടോണും ഒരു ന്യൂട്രോണും ചേർന്നാൽ ഹീലിയം-3 എന്ന ഐസോടോപ്പായി. രണ്ടു പ്രോട്ടോണും രണ്ടു ന്യൂട്രോണും ചേർന്നാൽ ഹീലിയം-4 ആയി. ഇതാണ് സാധാരണ ഹീലിയം. സാധാരണ കാർബണിന്റെ അണുകേന്ദ്രത്തിൽ 6 പ്രോട്ടോണും 6 ന്യൂട്രോണും കൂടാതെ അണുകേന്ദ്രത്തിനു ചുറ്റുമായി 6 ഇലക്ട്രോണുകളും. അണുകേന്ദ്രങ്ങളിൽ ഏറ്റവും സ്ഥിരതയുള്ള ഇരുമ്പിന്റെ കാര്യത്തിൽ 26 പ്രോട്ടോണുകളും 30 ന്യൂട്രോണുകളും ചേർന്നതാണ് അതിന്റെ അണുകേന്ദ്രം. ഇപ്രകാരം എല്ലാ ആറ്റങ്ങളും നിർമ്മിക്കപ്പെട്ടിരിക്കുന്നത് ഇലക്ട്രോൺ, പ്രോട്ടോൺ, ന്യൂട്രോൺ എന്നീ മൂന്നുതരം കണങ്ങൾ ചേർന്നാണ്.

പോൾ ഡിറാക് (1902–1984). പ്രതികരണങ്ങളുടെ അസ്തിത്വം പ്രവചിച്ചത് ഡിറാക് ആയിരുന്നു.

ഇതുകൂടാതെ വ്യത്യസ്തമായ മറ്റൊരു കണത്തെക്കുറിച്ചും 20-ാം നൂറ്റാണ്ടിന്റെ ആദ്യ ദശകങ്ങളിൽ ശാസ്ത്രജ്ഞർ മനസിലാക്കി. പ്രകാശത്തിന്റെ കണികയായ ഫോട്ടോൺ ആണിത്. ചില വസ്തുക്കളിൽ പ്രകാശം വന്നുവീഴുമ്പോൾ അവയിൽനിന്ന് കുറച്ച് ഇലക്ട്രോൺ നഷ്ടപ്പെട്ടു പോകുന്നത് 19-ാം നൂറ്റാണ്ടിൽ തന്നെ ചിലർ നിരീക്ഷിച്ചിരുന്നു. എന്നാൽ ഫോട്ടോഇലക്ട്രിക് പ്രഭാവം എന്ന് അറിയപ്പെട്ടിരുന്ന ഇതിന് കൃത്യമായ വിശദീകരണം നൽകിയത് 1905-ൽ ആൽബെർട്ട് ഐൻസ്റ്റൈനാണ്. പ്രകാശത്തിന് കണികാസ്വഭാവമുണ്ടെന്നും ഒരു വസ്തുവിൽ വന്നുവീഴുന്ന പ്രകാശത്തിന്റെ ഒരു കണികയിലെ ഊർജ്ജത്തെ മുഴുവൻ ഒരു ഇലക്ട്രോൺ സ്വീകരിക്കുമ്പോഴാണ് ഫോട്ടോ ഇലക്ട്രിക് പ്രഭാവം ഉണ്ടാകുന്നതെന്നും ഐൻസ്റ്റൈൻ സമർത്ഥിച്ചു. ഇത് ശാസ്ത്രലോകം ഉടനെ അംഗീകരിച്ചില്ല. എന്നാൽ പിന്നീട് തെളിവുകൾ ഓരോന്നായി വന്നു നിരന്നപ്പോൾ എല്ലാവരും അതംഗീകരിച്ചു. ഈ സിദ്ധാന്തത്തിന്റെ പേരിലാണ് ഐൻസ്റ്റൈന് നോബൽ പുരസ്കാരം ലഭിച്ചത്. റേഡിയോ വേവ്, മൈക്രോവേവ്, ഇൻഫ്രാറെഡ് പ്രകാശം, ദൃശ്യപ്രകാശം, അൾട്രാവയലറ്റ് പ്രകാശം, എക്സ്-രശ്മികൾ (X-ray), ഗാമാ-രശ്മികൾ (γ - rays) ഇവയെല്ലാം അടിസ്ഥാനപരമായി ഒരേ ഗണത്തിൽപെടുന്നവയാണ്. ഇവയ്ക്കെല്ലാം തരംഗസ്വഭാവവും കണികാസ്വഭാവവും ഉണ്ട്. ഇവയെ വ്യത്യസ്തമായ തരംഗദൈർഘ്യമുള്ള വിദ്യുത്-കാന്തിക തരംഗങ്ങളായി പരിഗണിക്കാം. മറിച്ച് ഇവയെ ഊർജ്ജമനുസരിച്ച് വ്യത്യസ്തമായ ഫോട്ടോണുകളുടെ സംഘാതമായും പരിഗണിക്കാം.

ആൽബെർട്ട് ഐൻസ്റ്റൈൻ 1905-ൽ

ഇരുപതാംനൂറ്റാണ്ടിലെ ആദ്യത്തെ മുപ്പതുവർഷങ്ങൾ ഭൗതികശാസ്ത്രത്തിൽ വിപ്ലവങ്ങൾ അരങ്ങേറിയ കാലഘട്ടമായിരുന്നു. ആപേക്ഷികതാസിദ്ധാന്തത്തിന്റെയും ക്വാണ്ടം മെക്കാനിക്സിന്റെയും പിറവിയായിരുന്നു ഇതു സാധ്യമാക്കിയത്. ഈ രണ്ടു സിദ്ധാന്തങ്ങളെയും കൂട്ടിയിണക്കിയപ്പോഴാകട്ടെ ചില അത്ഭുതങ്ങൾ സംഭവിച്ചു. പോൾ ഡിറാക് എന്ന ശാസ്ത്രജ്ഞനാണ് ഇലക്ട്രോണുകളുടെ കാര്യത്തിൽ ക്വാണ്ടം ഭൗതികവും ആപേക്ഷികതാസിദ്ധാന്തവും ഒരുമിച്ചു പ്രയോഗിച്ചത്. ഇലക്ട്രോണിനോടൊപ്പംതന്നെ അതേ ദ്രവ്യമാനവും നേരെ വിരുദ്ധമായ

ചാർജ്ജുമുള്ള ഒരു കണത്തിന്റെ കൂടി അസ്തിത്വം ഡിറാക്കിന്റെ സമീകരണം (Dirac equation) സൂചിപ്പിച്ചു. ഇതിന് പ്രതികണം എന്നാണ് പറയുക. ഇലക്ട്രോണിന്റെ പ്രതികണമായ പോസിട്രോൺ 1932-ൽ കണ്ടുപിടിക്കപ്പെട്ടു. പ്രോട്ടോണിന്റെയും ന്യൂട്രോണിന്റെയുമൊക്കെ പ്രതികണങ്ങൾ പിന്നീട് കണ്ടു പിടിക്കപ്പെട്ടു. പ്രോട്ടോണിന്റെ പ്രതികണമായ ആന്റിപ്രോട്ടോണിനേയും ഇലക്ട്രോണിന്റെ പ്രതികണമായ പോസിട്രോണിനേയും ചേർത്ത് ആന്റിഹൈഡ്രജനെ ഉണ്ടാക്കാനും അടുത്തകാലത്ത് സാധിച്ചിട്ടുണ്ട്. ഇത്തരത്തിലുള്ള ദ്രവ്യത്തെ പ്രതിദ്രവ്യമെന്നു വിളിക്കാം. ഇത്തരത്തിൽ പ്രതിദ്രവ്യമടങ്ങിയ നക്ഷത്രങ്ങളും ഗ്രഹങ്ങളും ഒക്കെ പ്രപഞ്ചത്തിൽ എവിടെയെങ്കിലുമുണ്ടാകുമോ? ഇതിന് വ്യക്തമായ തെളിവുകൾ ലഭ്യമല്ല.

ന്യൂക്ലിയർ ബലങ്ങളെയും പ്രതിപ്രവർത്തനങ്ങളെയും സംബന്ധിച്ച പഠനം നമുക്കു സുപരിചിതമല്ലാത്ത ഒരു പുതിയലോകത്തെ കാണിച്ചു തന്നിട്ടുണ്ട്. റേഡിയോ ആക്റ്റിവിറ്റിയുടെ പഠനത്തിൽ നിന്നാണ് ഇതിന്റെ തുടക്കം. ചില വസ്തുക്കളിൽ നിന്ന് മൂന്നു തരത്തിൽപെട്ട വികിരണങ്ങൾ പുറത്തുവരുന്നതായി ശാസ്ത്രജ്ഞരുടെ ശ്രദ്ധയിൽപെട്ടതോടെയാണ് ഇതിന്റെ പഠനങ്ങൾക്ക് വേഗത കൈവന്നത്. ഈ വികിരണങ്ങൾക്ക് ആദ്യം നൽകിയ പേരുകൾ ഗ്രീക്ക് അക്ഷരമാലയിലെ ആദ്യ അക്ഷരങ്ങളായ ആൽഫാ, ബീറ്റാ, ഗാമാ എന്നിവയായിരുന്നു. ഇതിൽ ആൽഫാ കണങ്ങൾ ഹീലിയത്തിന്റെ അണുകേന്ദ്രങ്ങൾ തന്നെ. ബീറ്റ കിരണങ്ങൾ ഇലക്ട്രോണുകളാണ്. ഗാമാകിരണങ്ങളാകട്ടെ നല്ല ഊർജ്ജമുള്ള ഫോട്ടോണുകളും.

ഇതിൽ ബീറ്റാ ഉത്സർജനത്തെപ്പറ്റി പഠിച്ചപ്പോൾ ശാസ്ത്രജ്ഞർ അമ്പരന്നു. വിശദമായ കണക്കെടുക്കുമ്പോൾ കുറച്ച് ഊർജ്ജം കാണാതാവുന്നു. ആരോ മോഷ്ടിച്ചു കൊണ്ടുപോകുന്നതുപോലെ. കോണീയ സംവേഗത്തിന്റെ (angular momentum) കാര്യത്തിലും മോഷണം നടക്കുന്നു. ചാർജ്ജില്ലാത്തതും മറ്റു കണങ്ങളുമായി കാര്യമായ യാതൊരുവിധ പ്രതിപ്രവർത്തനത്തിലും ഏർപ്പെടാത്തതുമായ ഒരു പുതിയതരം കണികയായിരിക്കണം ഊർജ്ജത്തെയും സംവേഗത്തെയും 'മോഷ്ടിക്കു'ന്നതെന്ന് യുവാവായ പോളി (Wolfgang Pauli) എന്ന ശാസ്ത്രജ്ഞൻ 1930-ൽ അഭിപ്രായപ്പെട്ടു. ന്യൂട്രിനോ എന്നുപേരിട്ട ഈ പിടികിട്ടാപ്പുള്ളികളെ കാൽ നൂറ്റാണ്ടിനുശേഷം കണ്ടെത്തിയപ്പോൾ പോളി പറഞ്ഞുവെച്ച പ്രത്യേകതകൾ എല്ലാമുണ്ടായിരുന്നു. ന്യൂട്രിനോകൾ മറ്റുദ്രവ്യവുമായി പ്രതിപ്രവർത്തിക്കുന്ന നിരക്ക് വളരെ വളരെ കുറവാണ്. ഒരു ഉദാഹരണം പറ

വുൾഫ്ഗാങ് പോളി (1900–1958) – ന്യൂട്രിനോ എന്നത് പോളിയുടെ ആശയമായിരുന്നു.

ഞ്ഞാൽ ഇതു വ്യക്തമാകും. സൂര്യനിൽ നിന്നുള്ള ന്യൂട്രിനോകളെ ഭൂമിയിലെ പ്രത്യേക ഉപകരണങ്ങൾവെച്ച് നിരീക്ഷിക്കാൻ കഴിയും. ഇവയുടെ എണ്ണം രാത്രിയിലും പകലും ഒരുപോലെയാണ്. രാത്രിയിൽ സൂര്യൻ മറുഭാഗത്തായിരിക്കുമ്പോൾ ന്യൂട്രിനോകൾ അനായാസമായി ഭൂമിയെ തുളച്ച് കടന്നുപോകും. സൂര്യനിൽനിന്നു വരുന്ന ന്യൂട്രിനോകളിൽ കോടികോടി എണ്ണം ഓരോ സെക്കൻഡിലും നമ്മുടെ ഓരോരുത്തരുടേയും ശരീരം തുളച്ചു കടന്നുപോകുന്നു.

ഇലക്ട്രോണിന്റെ പ്രതികണമായ പോസിട്രോണിനെ കണ്ടുപിടിച്ചത് മുൻപ് സൂചിപ്പിച്ചിരുന്നുവല്ലോ. ഭൂമിയുടെ പുറത്തുനിന്നു വരുന്ന ദ്രവ്യകിരണങ്ങളെയാണ് ബ്രഹ്മരശ്മികൾ, കോസ്മിക് രശ്മികൾ (cosmic rays) എന്നൊക്കെ വിളിക്കുന്നത്. ഇവ പ്രധാനമായും ഉന്നത ഊർജ്ജമുള്ള പ്രോട്ടോണുകളും ആൽഫാകണങ്ങളുമാണ്. ഇവ യഥാക്രമം ഹൈഡ്രജന്റെയും ഹീലിയത്തിന്റെയും അണുകേന്ദ്രങ്ങളാണ്. ഇവ എവിടെനിന്നു വരുന്നുവെന്നതോ എങ്ങനെ അവയ്ക്ക് ഭീമമായ ഊർജ്ജം ലഭിക്കുന്നുവെന്നതോ ഇപ്പോഴും കണ്ടുപിടിക്കപ്പെട്ടിട്ടില്ല. ഈ കണങ്ങൾ ഭൂമിയുടെ അന്തരീക്ഷത്തിൽ കടക്കുമ്പോൾ വായുതന്മാത്രകളുമായി പ്രതിപ്രവർത്തിക്കുകയും തുടർന്ന് ഈ ഊർജ്ജത്തിൽനിന്ന് ധാരാളം ദ്രവ്യകണം ഉൽപ്പാദിപ്പിക്കപ്പെടുകയും ചെയ്യും. ഇവ ഭൂമിയുടെ ഉപരിതലത്തിനടുത്തേക്കു നീങ്ങുമ്പോൾ കൂടുതൽ പ്രതിപ്രവർത്തനങ്ങൾ നടക്കുകയും ഊർജ്ജനഷ്ടം സംഭവിക്കുകയും ചെയ്യും. കോസ്മിക് കിരണങ്ങളെക്കുറിച്ച് പഠിക്കാൻ ഭൗമാന്തരീക്ഷത്തിന്റെ കൂടുതൽ ഉയർന്നതലങ്ങളിലേക്കു പോകണം. വൻബലൂണുകൾ ഉപയോഗിച്ചും റോക്കറ്റുകൾ ഉപയോഗിച്ചുമാണ് ആദ്യകാലങ്ങളിൽ ഇതു സാധിച്ചിരുന്നത്.

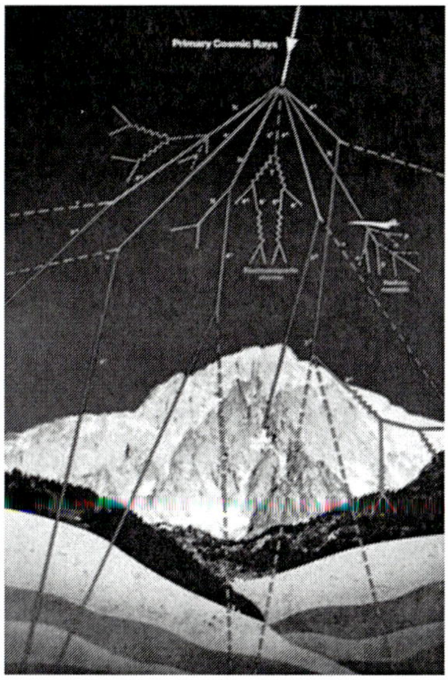

കോസ്മിക് കിരണങ്ങൾ

ബഹിരാകാശത്തുനിന്നു വരുന്ന പ്രാഥമിക കോസ്മിക് കിരണങ്ങൾ അന്തരീക്ഷവായുവിലെ തന്മാത്രകളുമായി പ്രതിപ്രവർത്തിക്കുമ്പോൾ നിരവധി കണങ്ങൾ ഉണ്ടാകുന്നു. ഇവയിൽനിന്നാണ് പല കണങ്ങളെയും ആദ്യമായി കണ്ടെത്തിയത്.

പുറത്തുനിന്നു വരുന്ന പ്രാഥമിക കോസ്മിക് രശ്മികൾ (primary cosmic rays) അന്തരീക്ഷവായുവിൽ തട്ടി പ്രതിപ്രവർത്തിച്ചുണ്ടാകുന്ന ദ്വിതീയ കോസ്മിക് രശ്മികളിൽ (secondary cosmic rays) ഇലക്ട്രോണിനും പ്രോട്ടോണിനും ഇടയിൽ ദ്രവ്യമാനമുള്ള ഒരു പുതിയ കണത്തെ കണ്ടെത്തിയതായി 1937-ൽ

ശാസ്ത്രജ്ഞർ പ്രഖ്യാപിച്ചു. ഈ കണ്ടെത്തൽ അക്കാലത്ത് ഒരത്ഭുതമായിരുന്നു. വസ്തുക്കളിലേക്കു തുളച്ചുകയറാൻ കഴിവുള്ള ഈ കണത്തിന് ഇലക്ട്രോണിന്റെ അതേ ചാർജ്ജ് ആണ്. പക്ഷേ ദ്രവ്യമാനം ഇലക്ട്രോണിന്റെ ഏതാണ്ട് ഇരുനൂറിരട്ടി വരും. പ്രോട്ടോണിന്റെ ഒമ്പതിൽ ഒന്നു മാത്രം ദ്രവ്യമാനമുള്ളതും സ്വഭാവത്തിൽ ഇലക്ട്രോണിനോട് വളരെ സമാനവുമായ ഈ കണത്തെ തീരെ അപ്രതീക്ഷിതമായാണ് കണ്ടുപിടിച്ചത്. ഇതേക്കുറിച്ചറിഞ്ഞ പ്രശസ്ത ശാസ്ത്രജ്ഞൻ റാബി ഇങ്ങനെ ചോദിച്ചുവത്രേ, "ആരാണ് ഇവറ്റകളെ ഓർഡർ ചെയ്തത്." ഇവയ്ക്ക് പിന്നീട് മുവോണുകൾ എന്ന് പേരിട്ടു. ഗ്രീക്ക് അക്ഷരം മ്യു (μ) കൊണ്ടാണ് ഇവയെ സൂചിപ്പിക്കുന്നത്. ഇവയ്ക്കും അതേ ദ്രവ്യമാനവും വിപരീതചാർജ്ജും ഉള്ള പ്രതികണങ്ങൾ ഉണ്ട്. തുറസ്സായ ഒരു സ്ഥലത്ത് നിന്നുകൊണ്ട് കൈനീട്ടിപ്പിടിക്കുക. ഓരോ സെക്കൻഡിലും അസംഖ്യം മുവോണുകൾ നമ്മുടെ ശരീരത്തെ തുളച്ചുകടന്നുപോകുന്നുണ്ട്. (ഇതുകൂടാതെ ട്രില്ല്യൺ കണക്കിന് ന്യൂട്രിനോകളും കടന്നുപോകും, 1 ട്രില്യൺ=10^2= ലക്ഷംകോടി).

മുവോണിനെപ്പോലുള്ള കണങ്ങൾക്ക് ആയുസ്സ് കുറവാണ്. മുവോണുകൾ ജനിച്ച ഉടനെ തന്നെ ഇലക്ട്രോണുകളും ന്യൂട്രിനോകളുമായി വിഘടിച്ചുപോകും.

മുവോണുകളെ കണ്ടുപിടിച്ചപ്പോൾ ആദ്യം വിചാരിച്ചത്, യുക്കാവ എന്ന ശാസ്ത്രജ്ഞൻ പ്രവചിച്ചിരുന്നതുപോലെ, ന്യൂക്ലിയസ്സിലെ ന്യൂട്രോണുകളെയും പ്രോട്ടോണുകളെയും പരസ്പരം ബന്ധിക്കുന്നതിൽ ഇടനിലക്കാരനായി വർത്തിക്കുന്ന പയോണുകളെ കണ്ടെത്തിയെന്നാണ്. പിന്നീട് ഇത് തെറ്റാണെന്നു വന്നു. യുക്കാവ പറഞ്ഞ പ്രകാരമുള്ള കണങ്ങളെ പിന്നീട് കണ്ടെത്തി. ഇവ മൂന്നെണ്ണം ചേർന്ന ഒരു കണത്രയം (triplet) ആണ്. ഇവയെ ഗ്രീക്ക് അക്ഷരമാലയിലെ പൈ (π) കൊണ്ടാണ് സൂചിപ്പിക്കുന്നത്. അതുകൊണ്ടാണ് ഇവയെ പയോണുകൾ എന്നു വിളിക്കുന്നത്. ഈ മൂന്നെണ്ണത്തിൽ ഒന്ന് ചാർജ്ജില്ലാത്തതാണ്; ഒന്നിന് നെഗറ്റീവ് ചാർജ്ജും മറ്റേതിന് പോസിറ്റീവ് ചാർജ്ജും ഉണ്ട്. ഇവയെ യഥാക്രമം π^0, π^{-1}, π^+ എന്നിങ്ങനെ സൂചിപ്പിക്കുന്നു.

പയോണുകളുടെ കണ്ടുപിടുത്തത്തിനുശേഷം അസ്ഥിരങ്ങളായ ഡസൻ കണക്കിന് കണങ്ങളെ കണ്ടെത്തി. പിന്നീട് അത് നൂറു കണക്കിനായി. ഇതിനിടയിൽ പുതിയ കണങ്ങളാണെന്നു വിചാരിച്ചിരുന്ന പലതും മറ്റു ചില കണങ്ങളുടെ ഉത്തേജിത അവസ്ഥ(excited state) കളാണെന്നു മനസ്സിലായി. ആകെക്കൂടി കുഴഞ്ഞുമറിഞ്ഞ അവസ്ഥയിലായ കണികാഭൗതികത്തിന് ഒരടുക്കും ചിട്ടയും വന്നത് പ്രോട്ടോണിന്റെയും ന്യൂട്രോണിന്റെയും ഒക്കെ ഘടകമായ ക്വാർക്കിനെക്കുറിച്ച് ശാസ്ത്രലോകം മനസ്സിലാക്കിയപ്പോഴാണ്.

മുറേ ഗെൽമാൻ, ജോർജ് സ്വീഗ് എന്നീ ശാസ്ത്രജ്ഞരാണ് ക്വാർക്കുകളെ സംബന്ധിച്ച ആശയങ്ങൾ 1964-ൽ ആദ്യമായി അവതരി

പ്പിച്ചത്. അമേരിക്കയിലെ കാൽടെക് ഗവേഷണകേന്ദ്രത്തിൽ പ്രവർത്തിച്ചു വരികയായിരുന്ന ഇരുവരും ഏതാണ്ട് ഒരേ സമയത്ത് സ്വതന്ത്രമായി ഒരേ കണ്ടെത്തൽ നടത്തുകയായിരുന്നു. ഇവരുടെ സിദ്ധാന്തം അനുസരിച്ച് അണുകേന്ദ്രത്തിന്റെ ഘടകങ്ങളായ ന്യൂട്രോണും പ്രോട്ടോണും മൗലിക കണങ്ങളല്ല; മറിച്ച് ഇവ ക്വാർക്കുകൾ എന്ന കൂടുതൽ മൗലികമായ കണങ്ങളാൽ നിർമ്മിതമാണ്. ന്യൂട്രോണിലും പ്രോട്ടോണിലും മൂന്നു ക്വാർക്കുകൾ വീതമുണ്ട്. ക്വാർക്കുകൾ രണ്ടുതരത്തിലുണ്ട് $+\frac{1}{3}$ ചാർജ്ജുള്ള u-ക്വാർക്കും $-\frac{1}{3}$ ചാർജുള്ള d-ക്വാർക്കുമാണവ. ഇവിടെ ചാർജ്ജ് അളക്കുന്നത് പ്രോട്ടോണിന്റെ ചാർജ്ജിന്റെ മൂല്യം ഏകകമായി എടുത്താണ്. രണ്ടു u-ക്വാർക്കും ഒരു d-ക്വാർക്കും ചേർന്നാൽ ചാർജ്ജ് ഒന്ന് ആയിട്ടുള്ള പ്രോട്ടോണായി ($\frac{2}{3}+\frac{2}{3}-\frac{1}{3} = 1$). ഒരു u- ക്വാർക്കും രണ്ട് d-ക്വാർക്കും ചേർന്നാൽ ചാർജ്ജില്ലാത്ത ന്യൂട്രോണായി ($\frac{2}{3}-\frac{1}{3}-\frac{1}{3} =0$).

മൂന്നു u- ക്വാർക്കുകൾ ചേർന്നാൽ ചാർജ്ജ്-2 ആയ ഡെൽറ്റ കണമാകും. മൂന്നു d-ക്വാർക്കുചേർന്നാൽ മറ്റൊരു കണമായി. ഇത്തരത്തിൽ വിവിധ ചേരുവകൾ അനുസരിച്ച് എട്ടുകണങ്ങളെ ചേർത്ത് ഒരു അഷ്ടകം ഉണ്ടാക്കാൻ കഴിയും. ഇവയിൽ പ്രോട്ടോൺ, ന്യൂട്രോൺ എന്നിവ ഒഴികെയുള്ള കണങ്ങളെല്ലാം വളരെ അസ്ഥിരങ്ങളാണ്. ന്യൂട്രോൺപോലും സ്വതന്ത്രാവസ്ഥയിൽ ഏതാനും മിനുട്ടുകൾ മാത്രമേ നിലനിൽക്കുകയുള്ളൂ. ഈ കണങ്ങൾക്കെല്ലാം കൂടിയുള്ള പൊതുപേര് ബാരിയോണുകൾ എന്നാണ്.

u-ക്വാർക്കിനും d-ക്വാർക്കിനും പുറമേ മറ്റു നാലിനം ക്വാർക്കുകളെക്കൂടി കണ്ടെത്തിയിട്ടുണ്ട്. ഇവയുടെ പേരുകളെല്ലാം രസകരമാണ്. പേരിന്റെ അർത്ഥവും അവയുടെ സ്വഭാവവും തമ്മിൽ വലിയബന്ധം വേണമെന്ന് പേരിട്ടവർക്ക് നിഷ്കർഷയൊന്നും ഉണ്ടായിരുന്നില്ല. അങ്ങനെ ആകെ ആറു ക്വാർക്കുകളുണ്ട്. ഇവയെ മൂന്നു ഗ്രൂപ്പുകളായി തിരിച്ചാണ് എഴുതാറ്. ഇവയുടെ പേര് ഇപ്രകാരമാണ്.

$$\begin{pmatrix} u-up \\ d-down \end{pmatrix} \begin{pmatrix} c-charm \\ s-strange \end{pmatrix} \begin{pmatrix} t-top \\ b-bottom \end{pmatrix}$$

ഇതിൽ മേൽവരിയിലുള്ള മൂന്നെണ്ണത്തിന്റെ ചാർജ്ജ് $+\frac{2}{3}$ യും കീഴ്വരിയിലുള്ള മൂന്നെണ്ണത്തിന്റെ ചാർജ്ജ് $-\frac{1}{3}$യും ആണ്. ഇവയുടെ പലവിധത്തിലുള്ള ചേരുവകൾ (മൂന്നെണ്ണം വീതം) എടുത്താൽ ഡസൻ കണക്കിന് കണങ്ങൾ ലഭിക്കും. ഇവയെയൊക്കെ കണ്ടെത്തിയിട്ടുണ്ട്. അതേ സമയം നാലോ അഞ്ചോ ക്വാർക്കുകൾ ചേർന്ന സംയുക്ത കണങ്ങൾ ഒന്നുമില്ല.

ഈ ക്വാർക്കുകൾക്കൊക്കെ പ്രതികണങ്ങളും ഉണ്ട്. ക്വാർക്കുകളും ആന്റിക്വാർക്കുകളും ചേർന്ന കണങ്ങളും പ്രപഞ്ചത്തിലുണ്ട്. മുൻപ്

സൂചിപ്പിച്ച പയോണുകൾ ആ ഇനത്തിൽപെടുന്നു.

ന്യൂക്ലിയർ ബലങ്ങളുടെ അടിസ്ഥാനത്തിൽ പറയുകയാണെങ്കിൽ കണങ്ങളുടെ വർഗീകരണം എളുപ്പമാകും. ന്യൂക്ലിയർ ബലങ്ങൾ രണ്ടു തരമുണ്ട്. ഇതിൽ ഒന്ന് മറ്റേതിനെ അപേക്ഷിച്ചു ലഘുവുമാണ്. ഇതിൽ ബലമേറിയതാണ് അണുകേന്ദ്രത്തിൽ ന്യൂട്രോണുകളെയും പ്രോട്ടോണുകളേയുമൊക്കെ പിടിച്ചുനിർത്തുന്നത്. ദുർബലമായതാണ് ബീറ്റാ കിരണങ്ങളും മറ്റും ഉണ്ടാക്കുന്ന റേഡിയോആക്റ്റിവിറ്റിക്ക് കാരണമാകുന്നത്. ശക്തിയേറിയ ന്യൂക്ലിയർ ബലത്തിനു പിന്നിൽ ക്വാർക്കുകളാണ്. ആ ബലവുമായി ബന്ധപ്പെട്ട കണങ്ങളെല്ലാം ക്വാർക്കുകളോ ആന്റിക്വാർക്കുകളോ ചേർന്ന് ഉണ്ടായിട്ടുള്ളവയാണ്.

ഇലക്ട്രോൺ, ന്യൂട്രിനോ എന്നിവ മൗലികകണങ്ങളാണ്. ഇലക്ട്രോണിന്റെ സ്വഭാവഗുണങ്ങളും അതിന്റെ ഏതാണ്ട് ഇരുന്നൂറിരട്ടി ദ്രവ്യമാനവുമുള്ള മുവോണുകളെപ്പറ്റി നേരത്തെ സൂചിപ്പിച്ചിരുന്നു. ഇവയെക്കൂടാതെ ഈ ഗണത്തിൽപെടുന്ന മറ്റൊരു കണത്തെ സംബന്ധിച്ചുള്ള പ്രാഥമികവിവരങ്ങൾ 1975-ൽ ലഭിക്കുകയും 1978-ഓടെ അതിന്റെ അസ്തിത്വം സ്ഥിരീകരിക്കുകയും ചെയ്തു. ഗ്രീക്ക് അക്ഷരമായ റ്റോ (τ) ആണ് ഈ കണത്തെ സൂചിപ്പിക്കുന്ന സംജ്ഞ. ന്യൂട്രിനോകളെക്കുറിച്ച് നേരത്തെ സൂചിപ്പിച്ചിരുന്നു. ഇന്നത്തെ അറിവുവെച്ച് ന്യൂട്രിനോകൾ മൂന്നിനമുണ്ട്. ഇലക്ട്രോൺ, മുവോൺ, റ്റോ കണം എന്നിവയുടെ ചാർച്ചക്കാരാണിവർ. ഇവരുടെ പേരുകൾ യഥാക്രമം ഇലക്ട്രോൺ ന്യൂട്രിനോ, മുവോൺ ന്യൂട്രിനോ, റ്റോ ന്യൂട്രിനോ എന്നിങ്ങനെയാണ്. ഇവയെ ക്വാർക്കുകളുടെ കാര്യത്തിൽ ചെയ്തതുപോലെ മൂന്നു ഗ്രൂപ്പുകളായി തിരിക്കാം.

$$\begin{matrix} e & \mu & \tau \\ \upsilon_e & \upsilon_\mu & \upsilon_\tau \end{matrix}$$

ഇതിൽ മുകൾ നിരയിൽ കൊടുത്തിരിക്കുന്നവ യഥാക്രമം ഇലക്ട്രോൺ (e), മൂവോൺ (μ), റ്റോ കണം (μ) എന്നിവയാണ്. ഇവയ്ക്കെല്ലാം ഒരേ വൈദ്യുതചാർജ്ജ് ആണ്. അവയ്ക്കു തൊട്ടുതാഴെ അവയുടെ ബന്ധുക്കളായ ന്യൂട്രിനോകളും. ഗ്രീക്ക് അക്ഷരമായ ന്യൂ(υ) കൊണ്ടാണ് ന്യൂട്രിനോകളെ സൂചിപ്പിക്കുന്നത്. ന്യൂട്രിനോകൾ വൈദ്യുതചാർജ്ജില്ലാത്ത ന്യൂട്രൽ കണങ്ങളാണ്. മേൽവിവരിച്ച ആറുകണങ്ങളേയും ചേർത്ത് ലെപ്റ്റോണുകൾ എന്നു വിളിക്കുന്നു. ഇവയിൽ റ്റോ-കണം ഒഴികെ എല്ലാം പ്രോട്ടോണിനെയും ന്യൂട്രോണിനെയും അപേക്ഷിച്ച് വളരെക്കുറഞ്ഞ ദ്രവ്യമാനമുള്ളവയാണ്. ലെപ്റ്റോൺ എന്ന വാക്കിന്റെ അർഥംതന്നെ ഭാരംകുറഞ്ഞവൻ എന്നാണ്.

അങ്ങനെ ആറു ക്വാർക്കുകളും ആറു ലെപ്റ്റോണുകളും ചേർന്ന് പന്ത്രണ്ട് അടിസ്ഥാനകണങ്ങളായി. ഇതിൽ ഒടുവിലത്തേതിനെ-റ്റോ ന്യൂട്രിനോ-കണ്ടെത്തിയത് 2000-ാമാണ്ടിലാണ്. ഇനിയും പുതിയ ക്വാർക്കുകളെയും ലെപ്റ്റോണുകളെയും കണ്ടെത്താൻ സാധ്യതയുണ്ടോ? ഇല്ലെന്നാണ് ഭൗതികശാസ്ത്രജ്ഞർ കരുതുന്നത്. കാരണമെന്തെന്നോ? ഒന്നാമതായി, നമ്മുടെ പട്ടികയിൽ കള്ളികളൊന്നും ഒഴിഞ്ഞു കിടപ്പില്ല. രണ്ടാമതായി, കണികാഭൗതികത്തിലെ ചില പരീക്ഷണങ്ങളും ജ്യോതിശാസ്ത്രത്തിലെ ചില നിരീക്ഷണങ്ങളും സൂചിപ്പിക്കുന്നത് ഇവയുടെ എണ്ണത്തെ സംബന്ധിച്ച നമ്മുടെ കണക്കുകൾ ശരിയാണെന്നാണ്.

മേൽസൂചിപ്പിച്ച ദ്രവ്യകണങ്ങളെ കൂടാതെ പ്രപഞ്ചത്തിലെ അടിസ്ഥാനബലങ്ങളുമായി ബന്ധപ്പെട്ട ഏതാനും കണങ്ങൾ കൂടിയുണ്ട്. നമ്മുടെ ചുറ്റും കണ്ണുകൊണ്ടു കാണാൻ കഴിയുന്നതും കാണാനാവാത്തതുമായ ധാരാളം ബലങ്ങൾ പ്രവർത്തിക്കുന്നുണ്ട്. എന്നാൽ ഇവ അടിസ്ഥാനപരമായി നാലെണ്ണം മാത്രമാണുള്ളത്. ഇതിൽ പ്രമുഖം വിദ്യുത്കാന്തിക ബലമാണ്. നമ്മുടെ ശരീരപേശികളുടെ ചലനത്തിൽ മുതൽ വൈദ്യുതിയാലും കാന്തികതയാലും പ്രവർത്തിക്കുന്ന ഉപകരണങ്ങളിലും വരെ വിദ്യുത്കാന്തികബലമാണ് പ്രവർത്തിക്കുന്നത്. ഇതിന്റെ വാഹകരാണ് പ്രകാശകണികകളായ ഫോട്ടോണുകൾ. അടുത്തതായി പരിഗണിക്കേണ്ടത് ന്യൂക്ലിയർ ബലങ്ങളെയാണ്. ഇതിൽ ദുർബ്ബലമായതിന്റെ (weak nuclear force) വാഹകരായി മൂന്നു കണങ്ങളുണ്ട്. ഇംഗ്ലീഷ് അക്ഷരമാലയിലെ രണ്ടക്ഷരങ്ങൾ കൊണ്ടാണ് ഇവയെ സൂചിപ്പിക്കുന്നത്. W^+, W^-, Z^0 എന്നിവയാണിവ. ഇതിൽ +, –, 0 ചിഹ്നങ്ങൾ അവയുടെ വൈദ്യുത ചാർജ്ജിനെ സൂചിപ്പിക്കുന്നു. ശക്തിയേറിയ ന്യൂക്ലിയർ ബലത്തിന്റെ (strong nuclear force) വാഹകർ ഗ്ലുവോണുകൾ (gluons) എന്ന കണങ്ങളാണ്. ക്വാർക്കുകളെ തമ്മിൽ ഒട്ടിക്കുന്ന പശ(glue) എന്ന ഉപമയിലൂടെയാണ് ഇവയ്ക്ക് ഈ പേര് നൽകിയത്. അടിസ്ഥാനബലങ്ങളിൽ ഇനി പരിഗണിക്കേണ്ടത് ഗുരുത്വബലത്തേയാണ്. ഇതിന്റെ വാഹകരെന്നു കരുതുന്ന ഗ്രാവിറ്റോണുകളെ (gravitons) ഇതുവരെ കണ്ടെത്തിയിട്ടില്ല. നിലവിലുള്ള നിരീക്ഷണോപാധികളൊന്നും അതിനു മതിയാകില്ലെന്നാണ് കരുതപ്പെടുന്നത്.

കണികാഭൗതികത്തെപ്പറ്റി ഇതുവരെ എഴുതിയതെല്ലാം ഇനിയൊന്നു സംഗ്രഹിക്കാം. അടിസ്ഥാനബലങ്ങളെ ആസ്പദമാക്കി മൗലിക കണങ്ങളെ മൂന്നായി തിരിക്കാം. ക്വാർക്കുകൾ, ലെപ്റ്റോണുകൾ, അടിസ്ഥാന ബലവാഹകരായ കണങ്ങൾ എന്നിവയാണവ. അണുകേന്ദ്ര ഘടകങ്ങളായ പ്രോട്ടോണുകളും ന്യൂട്രോണുകളും ക്വാർക്കുകളാൽ നിർമ്മിതമാണ്. ഇലക്ട്രോണാകട്ടെ ലെപ്റ്റോണുകളിൽ ഒന്നാം നമ്പരുകാരനാണ്.വെളിച്ചത്തിന്റെ കണികയായ ഫോട്ടോണാകട്ടെ മൂന്നാമത്തെ ഗണത്തിൽപെടുന്നു.

മേൽപറഞ്ഞതിൽ നിന്നും വ്യത്യസ്തമായ ഒരു രീതിയിലും

കണങ്ങളെ തരംതിരിക്കാം. ക്വാണ്ടം സാംഖ്യക(quantum statistics)ത്തിലെ സ്വഭാവവിശേഷം അനുസരിച്ച് ഏതൊരു കണവും ഫെർമിയോൺ, ബോസോൺ എന്നീ രണ്ടു വിഭാഗങ്ങളിൽ ഒന്നിൽ പെടണം. ഇറ്റലിയിൽ ജനിച്ച എൻറിക്കോ ഫെർമി എന്ന ശാസ്ത്രജ്ഞന്റെ പേരിൽനിന്നാണ് ഫെർമിയോൺ എന്ന പദമുണ്ടായത്. ഇന്ത്യക്കാരനായ സത്യേന്ദ്രനാഥബോസിൽ നിന്നാണ് ബോസോണുകൾക്ക് ആ പേര് കിട്ടിയത്. ക്വാർക്കുകളും ലെപ്റ്റോണുകളും ഫെർമിയോണുകളാണ്. അടിസ്ഥാനബലവാഹകരായ ഫോട്ടോൺ മുതലായ കണങ്ങൾ ബോസോണുകളാണ്. രണ്ടു ഫെർമിയോണുകൾക്ക് ഒരേ ക്വാണ്ടം അവസ്ഥയിൽ സ്ഥിതി ചെയ്യാൻ സാധ്യമല്ല. എന്നാൽ ബോസോണുകൾക്ക് എത്രയെണ്ണത്തിനു വേണമെങ്കിലും ഒരേ അവസ്ഥയിൽ നിലനിൽക്കാം.

എല്ലാ അടിസ്ഥാനകണങ്ങളേയും പട്ടികപ്പെടുത്തിയാൽ ഇപ്രകാരം എഴുതാം.

ബോസോണുകൾ	ഫെർമിയോണുകൾ	
അടിസ്ഥാനബല വാഹകരായ കണങ്ങൾ	ലെപ്റ്റോണുകൾ	ക്വാർക്കുകൾ
y W^+, W^-, Z^0 g ഗ്രാവിറ്റോണുകൾ	e μ τ υ_e υ_μ υ_τ	*u* *c* *t* *d* *s* *b*

അടിസ്ഥാനകണങ്ങൾ

പ്രപഞ്ചത്തിന്റെ ശൈശവം മനസ്സിലാക്കണമെങ്കിൽ നാം ഐൻസ്റ്റൈന്റെ ആപേക്ഷികതാസിദ്ധാന്തത്തിന്റെ ആദ്യപാഠങ്ങളെങ്കിലും പഠിക്കണം.

1905-ൽ ഐൻസ്റ്റൈൻ രൂപപ്പെടുത്തിയ സിദ്ധാന്തമാണ് വിശേഷ ആപേക്ഷികതാസിദ്ധാന്തം (special theory of relativity). ഇത് അനുസരിച്ച് ശൂന്യതയിലെ പ്രകാശവേഗത സ്ഥിരമാണ്. അത് സ്രോതസ്സിന്റെ വേഗത അനുസരിച്ച് കൂടുകയോ കുറയുകയോ ചെയ്യുന്നില്ല. യാതൊരു വസ്തുവിന്റേയും വേഗത പ്രകാശവേഗതയെ മറികടക്കില്ല. കാലത്തെയും (time) സ്ഥലത്തെയും (space) വേർതിരിച്ചുകാണാത്ത ചതുർ

മാന സ്ഥലകാലസാതര്യം (space time continuum) എന്ന സങ്കല്പവും ആപേക്ഷികതാസിദ്ധാന്തത്തിന്റെ സംഭാവനയാണ്. പ്രസിദ്ധമായ $E= mc^2$ എന്ന സമവാക്യമാണ് ഒരു പക്ഷേ ആപേക്ഷികതാസിദ്ധാന്തത്തെ ഏറ്റവും ജനകീയമാക്കിയത്. ഈ സമവാക്യത്തിൽ E ഊർജ്ജത്തെയും m ദ്രവ്യമാനത്തെയും c ശൂന്യതയിലെ പ്രകാശവേഗതയെയും കുറിക്കുന്നു. ഇതിൽ c യുടെ മൂല്യം വളരെ വലുതാണ്. ഒരു സെക്കൻ ഡിൽ 3 ലക്ഷം കിലോമീറ്റർ (കൃത്യമായി പറയുകയാണെങ്കിൽ ഒരു സെക്കൻഡിൽ 299792458 മീറ്റർ). ഒരു കിലോഗ്രാം ദ്രവ്യത്തെ ഊർജ്ജ മാക്കി മാറ്റുകയാണെങ്കിൽ കേരളത്തിലെ എല്ലാ വീടുകളിലും സമൃദ്ധ മായ രീതിയിൽ ഒരു വർഷത്തേക്ക് വൈദ്യുതി എത്തിക്കാൻ അതു മതി യാകും.

ദ്രവ്യത്തെ ഊർജ്ജമാക്കുന്നതുപോലെ ഊർജ്ജത്തെ ദ്രവ്യമാക്കാ നും കഴിയും. ഉദാഹരണത്തിന് ഊർജ്ജത്തിൽ നിന്ന് ഇലക്ട്രോണി നെയും പ്രോട്ടോണിനെയും ഉണ്ടാക്കാൻ കഴിയും. എന്നാൽ ഒരു ഇലക് ട്രോണിനെ മാത്രമായി ഉണ്ടാക്കാൻ കഴിയില്ല. ഇലക്ട്രോണിന് ചാർജ്ജ് ഉള്ളതാണ് പ്രശ്നം. ഏതൊരു പ്രക്രിയയിലും വൈദ്യുതചാർജ്ജ് സംര ക്ഷിക്കപ്പെടണം. ഇലക്ട്രോണിനൊപ്പം അതിന്റെ പ്രതികണമായ പോ സിട്രോൺ അഥവാ ആന്റി ഇലക്ട്രോൺ കൂടി സൃഷ്ടിക്കപ്പെടും. പോസി ട്രോണിന്റെ ദ്രവ്യമാനം ഇലക്ട്രോണിന്റേതുതന്നെ; ചാർജ്ജ് നേരെ എതിരും. അതായത്, ഇലക്ട്രോണിന്റെ ചാർജ്ജ് നെഗറ്റീവ് ആയിരിക്കെ അതേ അളവിൽ പോസിറ്റീവ് ചാർജ്ജ് പോസിട്രോണിനുമുണ്ട്. ഇതു പോലെ പ്രോട്ടോണിനും ന്യൂട്രോണിനുമൊക്കെ പ്രതികണങ്ങളുണ്ട്

പ്രപഞ്ചസൃഷ്ടിയുടെ ആദ്യനിമിഷങ്ങളിൽ ഊർജ്ജത്തിൽനിന്ന് ദ്രവ്യ വും പ്രതിദ്രവ്യവും (പ്രതികണങ്ങൾ ചേർന്ന ദ്രവ്യമാണ് പ്രതിദ്രവ്യം) ധാരാളമായി സൃഷ്ടിക്കപ്പെട്ടിരുന്നു.

*

11

പിറവി

ശക്തിയേറിയ ദൂരദർശിനികൾ ഉപയോഗിച്ച് വിദൂരതയിലേക്ക് നോക്കുമ്പോൾ നമ്മുടെ മുന്നിൽ തെളിയുന്ന കാഴ്ച അകന്നു പൊയ്ക്കൊണ്ടിരിക്കുന്ന ഗാലക്സികളുടേതാണ്. അതായത് നാളെ അവ കൂടുതൽ അകലത്തിലാവും. ഇന്നലെ കൂടുതൽ അടുത്തായിരുന്നിരിക്കണം. നമ്മുടെ ഭാവന ഭൂതകാലത്തിലേക്ക് നീളുന്നമുറയ്ക്ക് ഈ ഗാലക്സികൾ കൂടുതൽ അടുത്തായിരുന്നുവെന്ന് സങ്കല്പിക്കേണ്ടിവരും. നക്ഷത്രങ്ങളെല്ലാം കൂടിച്ചേർന്ന് ഒന്നായി സ്ഥിതിചെയ്യുന്ന ഒരവസ്ഥയിലാണ് ഇത് ചെന്നുനിൽക്കുക. സിംഗുലാരിറ്റി (singularity) എന്നുപറയാവുന്ന അതീവ സാന്ദ്രതയുള്ള ഈ അവസ്ഥ നിലനിന്നിരുന്ന കാലം നമുക്ക് കണക്കാക്കിയെടുക്കാം. അതിൽനിന്ന് നമ്മുടെ മഹാപ്രപഞ്ചത്തിന്റെ പ്രായവും കണ്ടെത്താം. പ്രപഞ്ചം വികസിച്ചുകൊണ്ടിരിക്കുന്ന നിരക്കിൽനിന്നാണ് ഇതു കണ്ടുപിടിക്കുന്നത്. ഇക്കാര്യങ്ങൾ പറയാനും മനസിലാക്കാനും എളുപ്പമാണെങ്കിലും പ്രയോഗത്തിലാക്കുക എന്നത് എളുപ്പമല്ല. ആദ്യകാലത്ത് ശാസ്ത്രജ്ഞർ ഇക്കാര്യത്തിൽ ശരിക്കും ഇരുട്ടിൽ തപ്പുകയായിരുന്നു. 1920 കളിൽ കിട്ടാവുന്നതിൽവെച്ച് ഏറ്റവും നല്ല ദൂരദർശിനിയാണ് എഡ്വിൻ ഹബിൾ ഉപയോഗിച്ചിരുന്നത്. പക്ഷേ ഗാലക്സികളിലേക്കുള്ള ദൂരം കണ്ടുപിടിക്കാൻ അത് ഉപയോഗിച്ചപ്പോൾ ആദ്യം കിട്ടിയ ഉത്തരങ്ങൾ തെറ്റുകൾ നിറഞ്ഞതായിരുന്നു. പ്രപഞ്ചത്തിന്റെ ആയുസ്സ് ആദ്യമായി അളന്നപ്പോൾ കിട്ടിയ ഉത്തരം കേട്ടപ്പോൾ ഭൂമിശാസ്ത്രഗവേഷകർ പ്രതിഷേധിച്ചു. പ്രശ്നം ഇതായിരുന്നു. കൃത്യമായി അറിയില്ലായിരുന്നുവെങ്കിലും ഭൂമിക്ക് നൂറുകണക്കിനുകോടി വർഷങ്ങൾ പ്രായമുണ്ടെന്നാണ് അന്ന് ഊഹിക്കപ്പെട്ടിരുന്നത്. (ഇപ്പോഴത്തെ കണക്ക് 450 കോടിക്കും 460 കോടിക്കും ഇടയിൽ വർഷങ്ങൾ

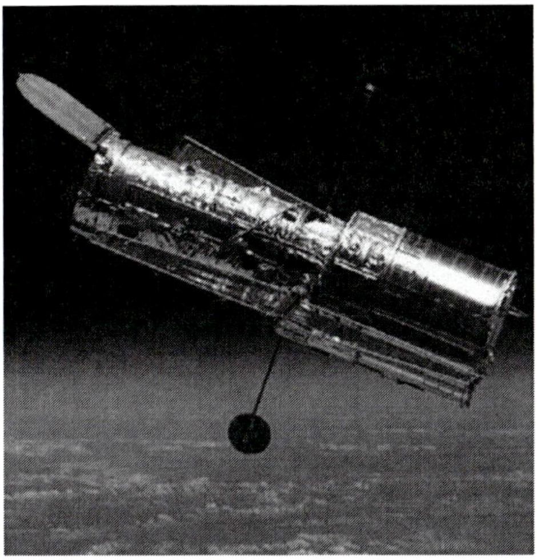

ഹബ്ൾ സ്പേസ് ടെലിസ്കോപ്പ് - പ്രപഞ്ചത്തിന്റെ പ്രായം കണ്ടെത്താൻ ശാസ്ത്രലോകത്തെ ഏറ്റവുമധികം സഹായിച്ച ഉപാധി ഒരുപക്ഷേ ഈ ദൂരദർശിനിയായിരിക്കും.

എന്നാണ്). അതിനേക്കാൾ കുറവാണ് പ്രപഞ്ചത്തിന്റെ പ്രായം എന്നുവന്നാൽ ഭൗമ ശാസ്ത്രജ്ഞർ സമ്മതിക്കുമോ? പക്ഷേ കണക്കുകൾ കാണിച്ചത് അങ്ങനെയാണ്.

ഹബിളിന്റെ കണക്കിലെ പിശകുകൾ പിന്നീട് ശരിയാക്കി. ഇത് ഹബിൾ എന്തെങ്കിലും മണ്ടത്തരം കാണിച്ചതുകൊണ്ട് സംഭവിച്ചതായിരുന്നില്ല. മറിച്ച് അന്നത്തെ നിരീക്ഷണോപാധികളുടെ ശേഷിക്കുറവു കൊണ്ടുണ്ടായതാണ്. പിന്നീട് പ്രപഞ്ചത്തിന്റെ പ്രായം 1200 കോടിക്കും 1500 കോടിക്കും ഇടയിലാണെന്ന് കണ്ടെത്തി. അപ്പോഴും ചില പ്രശ്നങ്ങൾ അവശേഷിച്ചു. നക്ഷത്രങ്ങളെക്കുറിച്ചു പഠിച്ച ചില ശാസ്ത്രജ്ഞർ മറ്റുള്ളവരെ അമ്പരപ്പിച്ച ഒരു പ്രസ്താവന നടത്തിയിരുന്നു. ചില കിഴവൻ നക്ഷത്രങ്ങൾക്ക് 1500 കോടി വർഷത്തിനു മുകളിൽ പ്രായമുണ്ടത്രേ! പ്രപഞ്ചത്തേക്കാൾ പ്രായം നക്ഷത്രങ്ങൾക്കോ? പിന്നീട് ഈ കണക്കുകൾ പരിശോധിച്ചപ്പോൾ അവർ നക്ഷത്രങ്ങൾക്കു നിശ്ചയിച്ച പ്രായം കുറേ കൂടിപ്പോയെന്നു കണ്ടെത്തി. അത് ശരിയാക്കിയപ്പോൾ നക്ഷത്രങ്ങൾ പ്രപഞ്ചത്തെ അപേക്ഷിച്ച് ഇളംതലമുറക്കാരായി. പ്രപഞ്ചത്തിന്റെ പ്രായത്തെ സംബന്ധിച്ച് ഇന്നു നിലവിലുള്ള കണക്ക് ഏതാണ്ട് 1370 കോടി എന്നതാണ്. ഇതിൽ പത്തോ ഇരുപതോകോടി വർഷങ്ങളുടെ വ്യതിയാനം ഉണ്ടായെന്നു വരാം.

പ്രപഞ്ചത്തിന്റെ പ്രായം ഇത്ര കൃത്യമായി പറയാൻ കഴിയുന്നതിനു പിന്നിൽ കുറേയേറെ ശാസ്ത്രജ്ഞരുടെ ദീർഘകാലത്തെ പരിശ്രമത്തിന്റെ കഥയുണ്ട്. ഇക്കഥ മുഴുവൻ പറയണമെങ്കിൽ അതിനായിത്തന്നെ ഒരു പുസ്തകം എഴുതണം. പ്രശസ്ത ശാസ്ത്രസാഹിത്യകാരൻ ജോൺ ഗ്രിബിൻ ഇതിനെ വിഷയമാക്കി ഒരു പുസ്തകമെഴുതിയിട്ടുണ്ട്. *കാലത്തിന്റെ പിറവി* (The Birth of Time) എന്നാണ് അതിന്റെ പേര്.

*

12

ആദ്യനിമിഷങ്ങൾ

നോബൽ പുരസ്കാര ജേതാവായ പ്രസിദ്ധശാസ്ത്രജ്ഞൻ സ്റ്റീവൻ വെയ്ൻബെർഗിന്റെ (Steven Weinberg) പ്രശസ്തമായ ഒരു ഗ്രന്ഥത്തിന്റെ പേരാണ് *ആദ്യത്തെ മൂന്നു മിനിറ്റുകൾ* (*First Three Minutes*). 1976-ൽ എഴുതപ്പെട്ട ഈ പുസ്തകത്തിൽ പ്രപഞ്ചത്തിന്റെ ആദ്യനിമിഷങ്ങളിലുണ്ടായ സംഭവപരമ്പരകളുടെ മനോഹരമായ വിവരണം ഉണ്ട്. എല്ലാറ്റിന്റേയും ആരംഭത്തിൽ മിന്നുന്ന വേഗതയിലാണ് പ്രപഞ്ചത്തിലെ നാടകീയസംഭവങ്ങൾ അരങ്ങേറിയത്. വായിക്കുമ്പോൾ ഇത് വെറും കഥയാണോ എന്നു തോന്നിപ്പോകും. എന്നാൽ അതിലെ ഓരോ കാര്യത്തിനും നല്ല തീർച്ചയുള്ള ശാസ്ത്രീയാടിത്തറയുണ്ട്. നിരീക്ഷണപരീക്ഷണ മേഖലകളിൽനിന്നുള്ള പുത്തൻ അറിവുകളും സിദ്ധാന്തങ്ങളും ചേർത്തുവെച്ചപ്പോൾ ഭൗതികശാസ്ത്രത്തിന്റെ നാലതിരുകൾക്കുള്ളിൽ നിന്നുകൊണ്ടുതന്നെ പ്രപഞ്ചത്തിന്റെ ആരംഭത്തിലുണ്ടായ സംഭവപരമ്പരകൾ വിവരിക്കാൻ വെയ്ൻബെർഗിനായി.

പ്രപഞ്ചത്തിന്റെ ആദ്യനിമിഷങ്ങളിൽ എന്തു സംഭവിച്ചുവെന്നറിയാൻ കണികാഭൗതികത്തിൽ (particle physics) കഴിഞ്ഞ ഏതാനും ദശകങ്ങളിൽ ഉണ്ടായ മുന്നേറ്റങ്ങൾ വളരെ സഹായകരമായിട്ടുണ്ട്. പ്രപഞ്ചസൃഷ്ടിക്കുശേഷം 10^{-43} സെക്കൻഡു (ഒരു സെക്കൻഡിന്റെ 10,000,000,000,000,000,000,000,000,000,000,000,000,000,000-ൽ ഒരംശം) മുതൽ എന്തുസംഭവിച്ചുവെന്ന് നമുക്ക് ഒരു ഏകദേശ രൂപമുണ്ട്. അതിനു മുൻപത്തെ കാര്യം പറയണമെങ്കിൽ ഗുരുത്വബലത്തെ സംബന്ധിച്ച ആപേക്ഷികതാസിദ്ധാന്തത്തെയും ക്വാണ്ടം ഭൗതികത്തെയും കൂട്ടിയിണക്കുന്ന ഒരു 'ക്വാണ്ടം ഗ്രാവിറ്റി' സിദ്ധാന്തം കൂടിയേതീരൂ. അത്തരമൊരു സിദ്ധാന്തം ഇന്ന് നിലവിലില്ല. അതിനാൽ നമുക്ക് 10^{-43} സെക്കന്റിനുശേഷം

സംഭവിച്ച കാര്യങ്ങളെക്കുറിച്ചുമാത്രമേ ഇപ്പോൾ പറയാൻ കഴിയൂ.

പ്രപഞ്ചചിത്രം 10^{-43} സെക്കൻഡിനുശേഷം

ഈ അവസ്ഥയിൽ പ്രപഞ്ചത്തിന്റെ സാന്ദ്രത ഊഹിക്കാൻ കഴിയുന്നതിനും അപ്പുറമാണ്. വിദ്യുത്കാന്തികബലവും രണ്ടിനം

ഏകീകൃത ഫീൽഡ് സിദ്ധാന്തത്തിന്റെപേരിൽ നോബെൽ സമ്മാനാർഹരായ ഷെൽഡൺ ഗ്ലാഷോ (1932 -), സ്റ്റീവൻ വെയ്ൻബെർഗ് (1933 -), അബ്ദസ് സലാം (1926 - 1996) എന്നിവർ. പ്രപഞ്ചത്തിന്റെ ആദ്യനിമിഷങ്ങളെക്കുറിച്ചു പഠിക്കാൻ ഇവരുടെ സിദ്ധാന്തം ഏറെ സഹായകരമാണ്.

ന്യൂക്ലിയർ ബലങ്ങളും ഏകീകരിക്കപ്പെട്ടിരിക്കുന്ന അവസ്ഥയിലാണിത്. അടിസ്ഥാന ദ്രവ്യകണികകളായ ക്വാർക്കുകളും ലെപ്റ്റോണുകളും ഒന്നു മറ്റൊന്നായി പരസ്പരം മാറിക്കൊണ്ടിരിക്കുന്ന അവസ്ഥയാണു നിലനിൽക്കുന്നത്. ഗുരുത്വബലം മറ്റു മൂന്നു ബലങ്ങളുമായി ഏകീഭവിച്ചിരുന്ന അവസ്ഥയിൽ നിന്നുമാറി സ്വതന്ത്രമായ അസ്തിത്വം കൈവരിച്ചു കഴിഞ്ഞിരിക്കുന്നു. താപനില ഏതാണ്ട് 10^{32} കെൽവിൻ (100,000,000,000,000,000,000-,000,000,000,000 കെൽവിൻ) വരും. കെൽവിനു പകരം ഡിഗ്രി സെന്റിഗ്രേഡിൽ എഴുതിയാൽ മനസിലാക്കാൻ എളുപ്പമായി. കെൽവിനിൽ ഉള്ള താപനിലയിൽനിന്ന് 273 കുറച്ചാൽ സെന്റിഗ്രേഡിലുള്ള താപനിലയായി. (നമ്മൾ ഇവിടെ പ്രതിപാദിക്കുന്നത് വളരെ വലിയ താപനിലകളാണ്. അതിനാൽ 273 എന്ന സംഖ്യ കുറച്ചാലും ഇല്ലെങ്കിലും വലിയ വ്യത്യാസമൊന്നും വരില്ല.) മുകളിൽ പറഞ്ഞതിലും കൂടുതൽ കാര്യങ്ങൾ വിശദീകരിക്കാൻ ബുദ്ധിമുട്ടാണ്. ഇത്തരം താപനിലയോ സാന്ദ്രീകൃത അവസ്ഥയോ പരീക്ഷണശാലകളിൽ പുനഃസൃഷ്ടിക്കാൻ അടുത്തകാലത്തൊന്നും കഴിയുമെന്ന് കരുതാനാവില്ല. അതിനാൽ നമുക്ക് ഈ രംഗം മതിയാക്കി അടുത്തതിലേക്കു കടക്കാം.

10^{-35} സെക്കൻഡിനൊടുവിൽ

10^{-35} സെക്കൻഡ് എന്നാൽ ഒരു സെക്കൻഡിന്റെ 10^{35}-ൽ ഒരംശം എന്നാണർത്ഥം. 10^{35}-നെ ലക്ഷം ലക്ഷം ലക്ഷം ലക്ഷം ലക്ഷം ലക്ഷം

ലക്ഷം എന്നോ കോടി കോടി കോടി കോടി കോടി എന്നോ വിളിക്കാം. ഈ അവസ്ഥയിൽ താപനില 10^{27} (ഒന്ന് എന്നെഴുതി 27 പൂജ്യം ചേർത്താൽ 10^{27} ആയി) കെൽവിൻ ആയിരുന്നിരിക്കണം. അടിസ്ഥാന ബലങ്ങളുടെ ഏകീകൃത അവസ്ഥയിൽനിന്ന് ദൃഢമായ ന്യൂക്ലിയർ ബലം (strong nuclear force) ഈ സമയത്ത് വഴിപിരിഞ്ഞു. ഗുരുത്വബലം സ്വതന്ത്രമാകുന്ന കാര്യം മുമ്പേ സൂചിപ്പിച്ചുവല്ലോ. പ്രപഞ്ചത്തിന്റെ ശരാശരി സാന്ദ്രത അപ്പോഴും വളരെ കൂടുതലായിരുന്നു. ക്വാർക്കുകൾ, ക്വാർക്കുകളെ ബന്ധിപ്പിക്കുന്ന ഗ്ലൂവോണുകൾ, ലെപ്റ്റോണുകൾ, ദുർബ്ബല ന്യൂക്ലിയർ ബലവുമായി ബന്ധപ്പെട്ട ബോസോണുകൾ (W^+, W^-, Z^0) എന്നിവയെല്ലാം ചേർന്ന ഒരു വിഷമാവസ്ഥയിലായിരുന്നു അന്നത്തെ പ്രപഞ്ചം. ഈ കണങ്ങളുടെയെല്ലാം പ്രതികണങ്ങളും ധാരാള മായി ഉണ്ടായിരുന്നു. പക്ഷേ അവയുടെ എണ്ണം ദ്രവ്യകണങ്ങളെ അപേ ക്ഷിച്ച് കുറവായിരുന്നു. അതായത് പ്രതിദ്രവ്യത്തിന്റെ മേൽ ദ്രവ്യത്തിനാ യിരുന്നു മേൽക്കൈ.

ഈ സന്ദർഭത്തിൽ വളരെ വിശേഷപ്പെട്ട ഒരു സംഭവം നടന്നു. പ്രപഞ്ചം കുറച്ചുനേരത്തേക്കു വളരെ വേഗത്തിൽ വികസിച്ചു. മഹാസ് ഫോടനം സംഭവിച്ചുകൊണ്ടിരിക്കെത്തന്നെ ഒരു കുതിച്ചുചാട്ടം. മഹാസ് ഫോടനം സംബന്ധിച്ച ആദ്യസിദ്ധാന്തങ്ങളിൽ ഇല്ലാതിരുന്ന ഈ കുതിച്ചു ചാട്ടത്തെക്കുറിച്ച് വിശദമായ വാദഗതികൾ ശാസ്ത്രലോകത്തിനു മുമ്പാ കെ 1981-ൽ സമർപ്പിച്ചത് അലൻ ഗുത്ത് എന്ന ശാസ്ത്രജ്ഞനാണ്. മഹാ സ്ഫോടനത്തിന്റെ 'സ്റ്റാൻഡേർഡ് മോഡൽ' എന്നറിയപ്പെടുന്ന ആദ്യമാ തൃകയ്ക്കുണ്ടായിരുന്ന ചില പോരായ്മകൾ പരിഹരിക്കാനാണ് ഈ കുതിച്ചുചാട്ടസിദ്ധാന്തം കൊണ്ടുവന്നത്. വെള്ളം ചൂടാക്കുമ്പോൾ താപനിലയനുസരിച്ച് വ്യാപ്തം വർധിച്ചുവരും. എന്നാൽ തിളനില കഴിയുന്നതോടെ, ആവിയാകുമ്പോൾ, വ്യാപ്തം പെട്ടെന്നു വർധിക്കും. ഇതിനോട് വേണമെങ്കിൽ പ്രപഞ്ചത്തിന്റെ വികാസത്തെയും താരത മ്യപ്പെടുത്താം. ഈ സിദ്ധാന്തത്തെ സാധൂകരിക്കുന്ന തെളിവുകൾ അടുത്തകാലത്ത് കിട്ടിയിട്ടുണ്ട്. ഇതു പിന്നീട് വിശദീകരിക്കാം.

10^{-12} സെക്കൻഡ് പിന്നിടുമ്പോൾ

സമയം ഒരു സെക്കൻഡിന്റെ ലക്ഷം കോടിയിലൊന്നായതോടെ താപനില 10^{15} (ലക്ഷം ലക്ഷം ലക്ഷം) കെൽവിൻ ആയി കുറഞ്ഞു. ഈ താപനിലയിൽ അതുവരെ ഒന്നായിരുന്ന വിദ്യുത്കാന്തിക ബലവും ദുർബ്ബല ന്യൂക്ലിയർ ബലവും (weak nuclear force) വേർപിരിഞ്ഞു.

10^{-6} സെക്കൻഡിലെ പ്രപഞ്ചചിത്രം

സമയം ഒരു സെക്കൻഡിന്റെ ദശലക്ഷത്തിലൊന്ന് ആയതോടെ താപനില 10^{13} (10,000,000,000,000) കെൽവിൻ ആയി കുറഞ്ഞു. അതോടെ ക്വാർക്കുകൾ ചേർന്ന് പ്രോട്ടോണുകളും ന്യൂട്രോണുകളും സൃഷ്ടിക്ക പ്പെട്ടു. ഓരോ ന്യൂട്രോണിലും പ്രോട്ടോണിലും മൂന്നു ക്വാർക്കുകൾ വീതം

ഉണ്ടാകും. ഈ താപനിലയും അപ്പോഴത്തെ ദ്രവ്യത്തിന്റെ അവസ്ഥയും പരീക്ഷണശാലയിൽ സൃഷ്ടിക്കാൻ കഴിയും. യൂറോപ്പിൽ ജനീവയ്ക്കടുത്ത് ഫ്രാൻസിന്റെയും സ്വിറ്റ്സർലൻഡിന്റെയും ഭൂപ്രദേശത്ത് സ്ഥിതിചെയ്യുന്ന സേൺ (CERN) പരീക്ഷണശാലയിൽ അതിനുള്ള സൗകര്യങ്ങൾ ഒരുക്കിക്കൊണ്ടിരിക്കുകയാണ്. 27 കിലോമീറ്റർ ചുറ്റളവുള്ള കൂറ്റൻ കണികാത്വരകത്തിൽ (particle accelerator) അണു കേന്ദ്രങ്ങളെ പായിച്ച് അവയെ കൂട്ടിയിടിപ്പിച്ച് മഹാസ്ഫോടനകാലത്തെ (പ്രപഞ്ചത്തിന് ദശലക്ഷത്തിലൊന്നു സെക്കൻഡ് പ്രായമുള്ളകാലത്തെ) സ്ഥിതി ഉണ്ടാക്കാൻ ആണ് പരിപാടി. നിരവധി രാജ്യങ്ങൾ ചേർന്ന് നടത്തുന്ന ഈ ഗവേഷണപരിപാടിയിൽ ഇന്ത്യയും ഒരു പ്രധാന പങ്കുവഹിക്കുന്നു. ഇത് പൂർത്തിയാകുന്നതോടെ പ്രപഞ്ചപരിണാമത്തെക്കുറിച്ച് കൂടുതൽ വ്യക്തത കൈവരും.

0.01 സെക്കൻഡിനുശേഷം

സമയം ഒരു സെക്കൻഡിന്റെ നൂറിൽ ഒന്ന് ആയതോടെ താപനില പതിനായിരം കോടി കെൽവിനായി കുറഞ്ഞു. ദ്രവ്യകണങ്ങളും വികിരണങ്ങളും പരസ്പരം വേർതിരിക്കാനാവാത്ത വിധത്തിൽ സൂപ്പു രൂപത്തിലായിരുന്നു. വിവിധയിനം കണങ്ങളുടെ സൃഷ്ടിയും സംഹാരവും ദ്രുതഗതിയിൽ നടന്നുകൊണ്ടിരുന്നു. വേഗതയിൽ വികസിച്ചുകൊണ്ടിരിക്കെത്തന്നെ പ്രപഞ്ചം താപസന്തുലനം (thermal equilibrium) കൈവരിച്ചിരുന്നു. താപനില മറ്റെല്ലാം കണക്കാക്കിയെടുക്കാൻ കഴിയും. ഇനിയങ്ങോട്ടുള്ള പരിണാമം എന്തെന്നറിയാൻ ഭൂതകാലം എങ്ങനെ ആയിരുന്നുവെന്ന് അറിയേണ്ടതില്ല. ഈ താപനിലയിൽ ഏറ്റവും കൂടുതലുണ്ടായിരുന്നത് ഇലക്ട്രോൺ, ന്യൂട്രിനോ ഇവയുടെ പ്രതികണങ്ങൾ, ഫോട്ടോണുകൾ എന്നിവയാണ്. എണ്ണത്തിൽ കുറവായ പ്രോട്ടോണുകളും ന്യൂട്രോണുകളും അടിസ്ഥാനകണങ്ങളുമായുള്ള പ്രതിപ്രവർത്തനങ്ങൾവഴി രൂപംമാറിക്കൊണ്ടിരുന്നു. ഇവ കൂടിച്ചേർന്ന് അണു കേന്ദ്രങ്ങൾ ഉണ്ടായാലും അവ അപ്പോൾത്തന്നെ സംഹരിക്കപ്പെടുമായിരുന്നു.

പ്രപഞ്ചചിത്രം 1.1 സെക്കൻഡിനുശേഷം

മഹാവിസ്ഫോടനം തുടങ്ങി ഏതാണ്ട് ഒരു സെക്കൻഡു കഴിയുമ്പോൾ താപനില ആയിരം കോടി കെൽവിനാകും. സാന്ദ്രതയും കുറഞ്ഞിട്ടുണ്ടാകും. ഇതോടെ ന്യൂട്രിനോകൾ മറ്റു ദ്രവ്യകണങ്ങളുമായുള്ള പ്രതിപ്രവർത്തനങ്ങൾ അവസാനിപ്പിച്ച് സ്വതന്ത്രമായ സഞ്ചാരം തുടങ്ങും. നമ്മുടെ കഥയുടെ തുടർന്നുള്ള എപ്പിസോഡുകളിൽ ന്യൂട്രിനോകൾക്ക് വലിയ റോളുകളൊന്നും ഇല്ല.

14-ാം സെക്കൻഡിലെ പ്രപഞ്ചം

ഈ അവസ്ഥയിലെ താപനില 300 കോടി കെൽവിൻ ആയിരുന്നു. ഈ താപനില കടന്നുപോയതോടെ അതുവരെ ധാരാളമായി ഉണ്ടായി

രുന്ന ഇലക്ട്രോണുകളും അവയുടെ പ്രതികണങ്ങളായ പോസിട്രോണുകളും കൂടിച്ചേർന്ന് ഊർജ്ജമായി മാറി. കുറച്ച് ഇലക്ട്രോണുകളും ന്യൂട്രോണുകളും പ്രോട്ടോണുകളും ഉണ്ടായി. ഈ താപനിലയിൽ നിലനിൽക്കാൻ കഴിയുമെങ്കിലും ഹീലിയം അണുകേന്ദ്രങ്ങൾ ഈ സമയത്ത് നിർമിക്കപ്പെട്ടില്ല. രണ്ടു പ്രോട്ടോണും രണ്ടു ന്യൂട്രോണും ചേർന്നതാണല്ലോ ഒരു ഹീലിയം അണുകേന്ദ്രം. അതായത് ആകെ നാലു കണങ്ങൾ. പക്ഷേ ഇത്രയും കണങ്ങൾ ഒറ്റയടിക്ക് ഒരുമിച്ചു ചേരുക എന്നത് ഏതാണ്ട് അസാധ്യമാണ്. ആദ്യം രണ്ടെണ്ണം ഒരുമിച്ചു ചേരുക എന്നതാണ് സംഭവിക്കേണ്ടത്. രണ്ടു പ്രോട്ടോണുകൾ ചേർന്നോ രണ്ടു ന്യൂട്രോണുകൾ ചേർന്നോ അണുകേന്ദ്രം സാധ്യമല്ലെന്നിരിക്കേ ഒരു പ്രോട്ടോണും ഒരു ന്യൂട്രോണും ചേർന്ന് ഡ്യൂട്ടറോൺ ഉണ്ടാകുക എന്നതാണ് ഏകവഴി. പിന്നീട് ഡ്യൂട്ടറോണുകൾ ചേർന്ന് ഹീലിയം ഉണ്ടാകാം. എന്നാൽ 300 കോടി കെൽവിൻ താപനിലയിൽ ഡ്യൂട്ടറോണിന് നിലനിൽക്കാൻ കഴിയില്ല. അവ സൃഷ്ടിക്കപ്പെടുന്ന മുറയ്ക്ക് സംഹരിക്കപ്പെട്ടുകൊണ്ടുമിരിക്കും. അതിനാൽ ഹീലിയവും മറ്റും ഉണ്ടാകുന്നതിന് ഏതാണ്ട് മൂന്നു മിനിട്ട് ആകുന്നതുവരെ, കാത്തിരിക്കണമായിരുന്നു. പ്രപഞ്ചത്തിലെ താപനില അതിനുപറ്റിയ അവസ്ഥയിലേക്കു താഴുന്നതുവരെ.

*

13

മൂന്നു മിനിട്ടിനു ശേഷം

മഹാവിസ്ഫോടനം നടന്ന് മൂന്നു മിനിട്ടുകൾക്ക് ശേഷമുള്ള പ്രപഞ്ചത്തിലെ പ്രധാന ഘടകങ്ങൾ ഫോട്ടോണുകളും ന്യൂട്രിനോകളും അവയുടെ പ്രതികണങ്ങളും ആയിരുന്നു. അപ്പോൾ ഇലക്ട്രോണുകളും പ്രോട്ടോണുകളും ന്യൂട്രോണുകളുമോ? അവയില്ലായിരുന്നെങ്കിൽ നമ്മളൊന്നും പ്രപഞ്ചത്തിൽ പിറക്കില്ലായിരുന്നു. യഥാർത്ഥത്തിൽ ഇലക്ട്രോണുകളും പ്രോട്ടോണുകളും ന്യൂട്രോണുകളും ഒക്കെ ഉണ്ടായിരുന്നു. പക്ഷേ ഫോട്ടോണുകളുമായോ ന്യൂട്രിനോകളുമായോ താരതമ്യം ചെയ്യുമ്പോൾ അവയുടെ എണ്ണം വളരെ കുറവായിരുന്നു. പ്രോട്ടോണുകളേക്കാൾ ഏതാണ്ട് നൂറു കോടി ഇരട്ടിയായിരുന്നു ഫോട്ടോണുകളുടെ എണ്ണം.

നമ്മളെ സംബന്ധിച്ചിടത്തോളം പ്രോട്ടോണുകളും ഇലക്ട്രോണുകളും ന്യൂട്രോണുകളും എണ്ണത്തിൽ കുറവെങ്കിലും പ്രധാനപ്പെട്ടവ ആയതിനാൽ അവയുടെ കാര്യം ഒന്നു പരിശോധിക്കാം. പ്രപഞ്ചം ആകെ വൈദ്യുത ചാർജ്ജിന്റെ കാര്യത്തിൽ ന്യൂട്രൽ ആണ്. അതായത് എത്ര പോസിറ്റീവ് ചാർജ്ജ് ഉണ്ടോ അത്രതന്നെ നെഗറ്റീവ് ചാർജ്ജും ഉണ്ടാകണം. ചാർജ്ജ് സംരക്ഷണനിയമം പ്രപഞ്ചത്തിൽ എക്കാലവും എല്ലായിടത്തും പാലിക്കപ്പെടുന്ന ഒന്നാണ്. ആകെ ചാർജ്ജ് പൂജ്യമാകണമെങ്കിൽ എത്ര പ്രോട്ടോണുകളുണ്ടോ അത്രയും തന്നെ ഇലക്ട്രോണുകളും കാണണം. ന്യൂട്രോണുകൾക്കും ന്യൂട്രിനോകൾക്കും ഫോട്ടോണുകൾക്കും വൈദ്യുതചാർജ് ഇല്ലെന്നോർക്കുക. മൂന്നുമിനിട്ട് പ്രായമായ പ്രപഞ്ചത്തിൽ പ്രോട്ടോൺ-ന്യൂട്രോൺ അനുപാതം ഏതാണ്ട് ആറിന് ഒന്ന് എന്ന നിലയിലായിരുന്നു. ന്യൂട്രോണുകൾക്ക് സ്വതന്ത്ര അവസ്ഥയിൽ ആയുസ്സ് കുറവാണ്. ശരാശരി ആയുസ്സ് ഏതാണ്ട് ആയിരം സെക്കൻഡാണ്. നൂറു സെക്കൻഡിനകം ന്യൂട്രോണുകളിൽ 14 ശതമാനം

വിഘടിച്ചു പോകും. ഒരു ന്യൂട്രോൺ വിഘടിച്ചാൽ ഒരു പ്രോട്ടോൺ, ഒരു ഇലക്ട്രോൺ, പിന്നെ ഒരു ആന്റിന്യൂട്രിനോ (ന്യൂട്രിനോയുടെ പ്രതികണം) എന്നിവ സൃഷ്ടിക്കപ്പെടും. ഈ മൂന്നെണ്ണത്തിന്റേയും ദ്രവ്യമാനം ചേർത്താൽ ഒരു ന്യൂട്രോണിന്റെ ദ്രവ്യമാനത്തേക്കാൾ ഇത്തിരി കുറവായിരിക്കും. ആ ഇത്തിരി ദ്രവ്യമാനം ഊർജ്ജമായി മാറും. ഐൻസ്റ്റൈന്റെ സമവാക്യം ഓർക്കുക. എന്നാൽ അണുകേന്ദ്രത്തിൽ ബന്ധനാവസ്ഥയിലുള്ള ന്യൂട്രോണുകൾക്ക് ഈ നിയമം ബാധകമല്ല. അതുകൊണ്ടാണ് ഹീലിയവും കാർബണും നൈട്രജനും ഓക്സിജനുമെല്ലാം നിലനിൽക്കു ന്നത്.

പ്രപഞ്ചത്തിന് മൂന്നു മിനിട്ടു പ്രായമുള്ളപ്പോൾ താപനില ഏതാണ്ട് നൂറുകോടി കെൽവിൻ ആയിരുന്നു. ഇത് സൂര്യകേന്ദ്രത്തിലുള്ള ഊഷ്മാവിന്റെ ഏകദേശം 70 ഇരട്ടിവരും (സൂര്യകേന്ദ്രത്തിലെ താപനില ഒന്നരക്കോടി കെൽവിൻ). സാന്ദ്രതയും വളരെ ഉയർന്നതായിരിക്കും. നൈട്രജനും പ്രോട്ടോണും ചേർന്ന് വിവിധതരത്തിലുള്ള അണുകേന്ദ്രങ്ങൾ സൃഷ്ടിക്കപ്പെടാനുള്ള സാദ്ധ്യത ഇനി നമുക്ക് ആലോചിക്കാം. ഏതൊരു അണുകേന്ദ്രമെടുത്താലും അത് പ്രോട്ടോണുകളുടേയും ന്യൂട്രോണുകളുടേയും ഒരു സംഘാതമാണ്. എന്നാൽ ഒറ്റയടിക്ക് കുറേ പ്രോട്ടോണുകളും ന്യൂട്രോണുകളും ഒരുമിച്ചു ചേർന്ന് ഒരു വലിയ അണുകേന്ദ്രം ഉണ്ടാകുക എന്നത് ഏതാണ്ട് അസാധ്യമാണ്. അതിനാൽ കുറേ പടികൾ കടന്നതിനുശേഷമേ വലിയ അണു കേന്ദ്രങ്ങൾ ഉണ്ടാവുകയുള്ളൂ. അതിന്റെ ആദ്യപടിയായി ന്യൂട്രോണും പ്രോട്ടോണും ചേർന്ന് ഡ്യൂട്ടറോൺ ഉണ്ടായി. (ഡ്യൂട്ടറോണിന്റെ കൂടെ ഒരു ഇലക്ട്രോണിനെക്കൂടി ചേർത്താൽ ഹൈഡ്രജന്റെ ഐസോടോപ്പായ ഡ്യൂട്ടീറിയമായി. സാധാരണ ഹൈഡ്രജനുപകരം ഡ്യൂട്ടീറിയം അടങ്ങിയ ജലമാണ് ഘനജലം അഥവാ ഹെവിവാട്ടർ). പ്രോട്ടോൺ മാത്രം ചേർന്നോ ന്യൂട്രോൺ മാത്രം ചേർന്നോ അണുകേന്ദ്രങ്ങൾ ഉണ്ടാവുക സാധ്യമല്ല. ന്യൂക്ലിയാർ ബലങ്ങളുടെ ചില സവിശേഷതകൾ ആണ് ഇതിനു കാരണം. എന്നാൽ ഡ്യൂട്ടറോണിന്റെ കാര്യത്തിൽ ഈ പ്രശ്നമില്ല. അടുത്ത പടിയായി രണ്ടു ഡ്യൂട്ടറോണുകൾ ചേർന്ന് ഹീലിയം അണുകേന്ദ്രം ഉണ്ടാകാം. അല്ലെങ്കിൽ ഡ്യൂട്ടറോണിന്റെ കൂടെ മറ്റൊരു പ്രോട്ടോൺ കൂടി ചേർന്ന് ഹീലിയത്തിന്റെ ഐസോടോപ്പായ ഹീലിയം - 3 ന്റെ അണുകേന്ദ്രം ഉണ്ടാകാം. ഇതുമല്ലെങ്കിൽ ഡ്യൂട്ടറോണിന്റെ കൂടെ ഒരു ന്യൂട്രോൺ ചേർന്ന് ഹൈഡ്രജന്റെ തന്നെ ഐസോടോപ്പായ ട്രിറ്റിയത്തിന്റെ അണുകേന്ദ്രവും ഉണ്ടാകാം. പക്ഷേ ഒരു ചെറിയ പ്രശ്നമുണ്ട്. താപനില നൂറുകോടി കെൽവിൻ ആയിരിക്കെ ഡ്യൂട്ടറോണുകൾ ധാരാളമായി ഉണ്ടാകുമെങ്കിലും സൃഷ്ടിയോടൊപ്പം സംഹാരവും നല്ലതോതിൽ നടന്നുകൊണ്ടിരിക്കും. എന്നാൽ ഏതാനും സെക്കൻഡുകൾ കൂടി കഴിയുന്നതോടെ താപനില കുറയുകയും ഡ്യൂട്ടറോണുകൾക്ക് നിലനിൽക്കാൻ കഴിയുന്ന അവസ്ഥ വരികയും ചെയ്യും. തുടർന്ന് ഡ്യൂട്ടറോണുകൾ ന്യൂട്രോണുകളും പ്രോട്ടോണുകളുമായി ചേർന്ന് മറ്റ് അണുകേന്ദ്രങ്ങൾ

ഉണ്ടാകാൻ തുടങ്ങും. ഇത്തരത്തിൽ നാം ചുറ്റും കാണുന്ന വസ്തുക്കളിലെയെല്ലാം ആറ്റങ്ങളുടെ അണുകേന്ദ്രങ്ങൾ സൃഷ്ടിക്കപ്പെടുമെന്നായിരുന്നു ആദ്യധാരണ. അണുകേന്ദ്രങ്ങൾ സൃഷ്ടിക്കപ്പെട്ടുകഴിഞ്ഞാൽ അവ പിന്നീട് താപനില അനുകൂലമാകുമ്പോൾ ആവശ്യത്തിന് ഇലക്ട്രോണുകളെ പിടിച്ചെടുത്തുകൊണ്ട് ആറ്റത്തിന്റെ ഘടന പൂർത്തിയാക്കുകയും ചെയ്യും. മഹാവിസ്ഫോടനം വഴി ആറ്റങ്ങളെല്ലാം സൃഷ്ടിക്കപ്പെടുമെന്ന് ജോർജ് ഗാമോവും കൂട്ടരും സിദ്ധാന്തിച്ചപ്പോൾ അവരുടെ ധാരണ ഇതായിരുന്നു. പക്ഷേ പിന്നീട് ന്യൂക്ലിയർ ഭൗതികശാസ്ത്രത്തിലെ കൃത്യതയാർന്ന പരീക്ഷണ നിരീക്ഷണ ഫലങ്ങൾ ഈ ധാരണയ്ക്ക് കോട്ടം തട്ടിച്ചു. ഹൈഡ്രജന്റെയും ഹീലിയത്തിന്റെയും ഐസോടോപ്പുകൾ കഴിഞ്ഞാൽ പിന്നെ ഭാരം കൂടിയ അണുകേന്ദ്രങ്ങൾ ഉണ്ടാകുക എളുപ്പമാവില്ല. എണ്ണത്തിൽ ഏറ്റവും കൂടുതലുള്ള പ്രോട്ടോണുകൾ ഹീലിയം അണുകേന്ദ്രവുമായി ചേർന്നോ അല്ലെങ്കിൽ രണ്ടു ഹീലിയം അണുകേന്ദ്രങ്ങൾ പരസ്പരം ചേർന്നോ പുതുതായി മൂലകങ്ങളുണ്ടാകുമോ എന്നു പരിശോധിച്ചപ്പോൾ അതിനു സാധ്യത വളരെ കുറവാണെന്നു കണ്ടെത്തി. ആവർത്തനപ്പട്ടികയിൽ നോക്കിയാൽ അണുഭാരം 5-ഓ 8-ഓ ആയ സ്ഥിരതയുള്ള ആറ്റങ്ങൾ കാണ്മാനില്ല. ഉയർന്ന അണുഭാരമുള്ള മൂലകങ്ങൾ നക്ഷത്രങ്ങളിൽ സൃഷ്ടിക്കപ്പെടുന്നുണ്ടെന്ന് പിന്നീട് വർഷങ്ങൾക്കു ശേഷം കണ്ടെത്തി. മഹാസ്ഫോടനകാലത്ത് ആകെയുണ്ടായിരുന്നത് ഹൈഡ്രജന്റെയും ഹീലിയത്തിന്റെയും കുറഞ്ഞ അളവിൽ ലിഥിയം, ബെറിലിയം, ബോറോൺ എന്നിവയുടെയും ഐസോടോപ്പുകളുടെ അണുകേന്ദ്രങ്ങൾ മാത്രമാണ്.

മഹാസ്ഫോടനം കഴിഞ്ഞ് 3 മിനിട്ടു മുതൽ നടന്ന ന്യൂക്ലിയർ സംലയനങ്ങളെയാണ് മേൽസൂചിപ്പിച്ചത്. അരമണിക്കൂർക്കൂടി കഴിയുന്നതോടെ ഇത്തരം ന്യൂക്ലിയർ പ്രതിപ്രവർത്തനങ്ങൾ ഒടുങ്ങും. അപ്പോൾ ഒരു കണക്കെടുത്താൽ അത് ഇപ്രകാരമായിരിക്കും: മൊത്തം ദ്രവ്യത്തിന്റെ പിണ്ഡത്തിന്റെ ഏതാണ്ട് 25 ശതമാനം ഹീലിയം. ബാക്കിയുള്ളതിൽ ഏതാണ്ട് മുഴുവനായും പ്രോട്ടോണുകൾ (ഹൈഡ്രജൻ അണുകേന്ദ്രങ്ങൾ) തന്നെ.

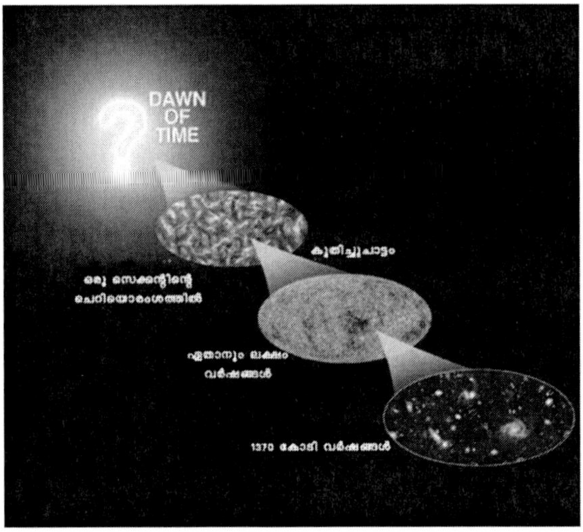

അപ്പോൾ ബാക്കിയെല്ലാം കൂടിയോ? അതൊക്കെക്കൂടി പതിനായിരത്തിന് ഒന്ന് എന്ന അളവിൽപോലും ഉണ്ടാവില്ല. ഹീലിയം 25 ശതമാനമെന്നത് ഏകദേശ കണക്കാണ്. യഥാർത്ഥത്തിൽ അത് 22 മുതൽ 28 വരെ ശതമാനം ആകാം.

ഇതെല്ലാം കഴിയുന്നതോടെ പ്രപഞ്ചത്തിന്റെ സംഭവബഹുലമായ ആദ്യരംഗങ്ങൾ പൂർത്തിയായി. പിന്നീട് ഏതാണ്ട് 7 ലക്ഷം വർഷത്തേക്ക് വലിയ സംഭവങ്ങൾ ഒന്നും ഉണ്ടായിരിക്കാനിടയില്ല. പ്രപഞ്ചത്തിന്റെ വികാസം അനുസരിച്ച് അതിന്റെ സാന്ദ്രതയും താപനിലയും കുറഞ്ഞു വന്നു. 7 ലക്ഷം വർഷങ്ങൾ കഴിഞ്ഞപ്പോഴേക്കും താപനില ഏതാണ്ട് 3000 ഡിഗ്രി സെന്റിഗ്രേഡ് വരെ താണു. ആദ്യകാലത്ത് സൃഷ്ടിക്കപ്പെട്ട അണു കേന്ദ്രങ്ങൾ നെഗറ്റീവ് ചാർജ്ജുള്ള ഇലക്ട്രോണുകളെ സ്വീകരിച്ച് ചാർജ്ജില്ലാത്ത ആറ്റങ്ങളായി മാറും. സ്വതന്ത്ര ഇലക്ട്രോണുകൾ ഇല്ലാതായതോടെ പ്രപഞ്ചം സുതാര്യമായി. ആദിയിലുണ്ടായിരുന്ന ഫോട്ടോണുകൾ (പ്രകാശകണങ്ങൾ) യാതൊരു തടസ്സവുമില്ലാതെ പ്രയാണം ആരംഭിച്ചു. ഇത് പ്രപഞ്ചചരിത്രത്തിലെ ഒരു വഴിത്തിരിവാണ്. എണ്ണത്തിൽ ദ്രവ്യകണങ്ങളേക്കാൾ വളരെക്കൂടുതലുള്ള ഫോട്ടോണുകൾ അന്നു തുടങ്ങിയ യാത്ര ഇന്നും തുടരുകയാണ്. അവയിൽ ചിലത് നമ്മുടെ ശാസ്ത്രജ്ഞരുടെ ദൂരദർശിനികളിൽ വന്നുപെടും. ആയിരം കോടിയിലധികം വർഷം യാത്ര ചെയ്യുന്നതിനിടയിൽ പ്രപഞ്ചം വികസി ക്കുന്നതനുസരിച്ച് ഇവയുടെ ഊർജ്ജം കുറയുകയും തരംഗ ദൈർഘ്യം കൂടുകയും ചെയ്യുന്നു. ഇന്നത് പ്രധാനമായും മൈക്രോ വേവിന്റെ രൂപത്തിലാണ്. ഇതിന് പ്രാപഞ്ചിക മൈക്രോവേവ് പശ്ചാത്തലം (cosmic microwave background) എന്നു പറയുന്നു. 1965-ൽ അർണോ പെൻസിയാസ്, റോബെർട്ട് വിത്സൺ എന്നീ ജ്യോതി ശാസ്ത്രജ്ഞർ ഈ മൈക്രോവേവ് പശ്ചാത്തലം കണ്ടെത്തിയതോടു കൂടിയാണ് മഹാവിസ്ഫോടന സിദ്ധാന്തം അംഗീകാരം നേടിയത്.

ആറ്റങ്ങൾ രൂപപ്പെടുന്നതോടുകൂടി സ്വതന്ത്ര ഇലക്ട്രോണുകൾ ഇല്ലാതാവുന്നതും ദ്രവ്യം സുതാര്യമാകുന്നതും മുമ്പേ സൂചിപ്പിച്ചുവല്ലോ? ഇടംവലം തിരിയാൻ സമ്മതിക്കാതെ ദ്രവ്യകണങ്ങളെ അങ്ങോട്ടുമി ങ്ങോട്ടും തട്ടിക്കൊണ്ടിരുന്ന പ്രകാശകണങ്ങൾ അവയെ കൈവിടുന്ന തോടെ അവ തമ്മിലുള്ള ഗുരുത്വാകർഷണബലം കൂടി നമ്മൾ പരിഗ ണിക്കേണ്ടിവരും. ഇനിയുള്ള പ്രപഞ്ചപരിണാമത്തിൽ ഏറ്റവും പ്രധാന പങ്ക് ഗുരുത്വബലത്തിനാണ്.

ഗാലക്സികളും നക്ഷത്രങ്ങളും രൂപമെടുക്കുന്നതെങ്ങനെ എന്നതു സംബന്ധിച്ച ഒരു ഏകദേശ രൂപം ശാസ്ത്രലോകത്തിനു മുന്നിലുണ്ട്. പക്ഷേ വിശദാംശങ്ങളിലേക്കു കടക്കുമ്പോൾ പല പ്രശ്നങ്ങളും ഉയർന്നു വരുന്നു. സജീവമായ ഒരു ഗവേഷണമേഖലയാണിത്.

*

14

ഗാലക്സികളുടെ പിറവി

പ്രപഞ്ചത്തിന്റെ തുടക്കത്തെപ്പറ്റി നമ്മൾ വിശദമായി പ്രതിപാദിച്ചു കഴിഞ്ഞു. വിശ്വവിജ്ഞാനീയത്തിൽ പ്രധാനപ്പെട്ട ചോദ്യങ്ങളാണ് വൻ നക്ഷത്രസമൂഹങ്ങളായ ഗാലക്സികൾ എങ്ങനെ പിറവിയെടുത്തു വെന്നതും അവ എങ്ങനെ പരിണമിക്കുന്നുവെന്നതും.

പ്രപഞ്ചത്തിന് ഏതാനും ലക്ഷം വർഷം പഴക്കമുള്ളപ്പോഴാണ് പ്രപഞ്ചത്തിൽ നിറഞ്ഞിരുന്ന പ്രകാശം ദ്രവ്യവുമായി വഴിപിരിഞ്ഞത്. അന്നത്തെ പ്രകാശമാണ് ഇന്ന് തരംഗദൈർഘ്യം ഏറെ വർധിച്ച് മൈക്രോ വേവ് തരംഗങ്ങളുടെ രൂപത്തിൽ പ്രപഞ്ചമെങ്ങും കാണപ്പെടുന്നത്. ഈ കോസ്മിക് മൈക്രോവേവ് പശ്ചാത്തലം എല്ലായിടത്തും എല്ലാ ദിശയിലും ഏതാണ്ട് തുല്യമായി വിതരണം ചെയ്യപ്പെട്ടിരിക്കുന്നു. ഇതിൽ എന്തെങ്കിലും വ്യതിയാനം കണ്ടെത്തിയിട്ടുള്ളത് ലക്ഷത്തിലൊന്നിന്റെ അളവിൽ മാത്രമാണ്. അന്നത്തെ ദ്രവ്യത്തിന്റെ വിതരണത്തിലുള്ള ചെറിയ ഏറ്റക്കുറച്ചിലുകളെയാണ് ഇതു സൂചിപ്പിക്കുന്നത്. ഈ ഏറ്റക്കുറച്ചിലുകൾ വളർന്നു വളർന്നാണ് ഇന്ന് നാം കാണുന്ന നക്ഷത്രങ്ങളും ഗാലക്സികളും ഒക്കെ ഉണ്ടായിട്ടുള്ളത് എന്നു കരുതപ്പെടുന്നു. ദ്രവ്യം കൂടുതലുള്ളിടത്തേക്ക് ഗുരുത്വാകർഷണബലം മൂലം കൂടുതൽ ദ്രവ്യം എത്തും. ഇത്തരത്തിൽ കുറവുള്ളിടത്തുനിന്ന് കൂടുതലുള്ളിടത്തേക്ക് നീങ്ങുന്നതിലൂടെയാണ് ദ്രവ്യത്തിന്റെ ഏറ്റക്കുറച്ചിലുകൾ വർദ്ധിക്കുന്നത്. ദ്രവ്യം സാന്ദ്രീകരിക്കപ്പെടുന്നിടത്ത് കുറേ നക്ഷത്രങ്ങൾ ഒരുമിച്ചു പിറക്കുമ്പോഴാണ് ഗാലക്സികൾ രൂപം കൊള്ളുന്നത്. അത്തരത്തിൽ നോക്കിയാൽ ഗാലക്സികളുടെ ഇന്നത്തെ വിതരണം പ്രപഞ്ചത്തിന്റെ ശൈശവത്തിലെ അവസ്ഥയുമായി ബന്ധപ്പെട്ടിരിക്കുന്നു.

ഗാലക്സികളുടെ രൂപീകരണം ഇന്ന് ഒരു സജീവ ഗവേഷണ

വിഷയമാണ്. ആകാശഗംഗ, ക്ഷീരപഥം (milky way) എന്നൊക്കെ അറിയപ്പെടുന്ന നമ്മുടെ സ്വന്തം ഗാലക്സിയുടെ പരിണാമംതന്നെ നാം ശരിക്കു മനസ്സിലാക്കിയിട്ടില്ല.

നമ്മുടേത് ഒരു സർപ്പിള ഗാലക്സി (spiral galaxy)യാണ്. ഒരു തളികയുടെ രൂപമാണിതിന്. നടുക്ക് കട്ടി ഇത്തിരി കൂടുതലാണ്. അതിന് സർപ്പിളാകൃതിയിലുള്ള കരങ്ങളുണ്ട്. ഗാലക്സിയുടെ പ്രധാന ഡിസ്കിനു ചുറ്റിലുമുള്ള പ്രദേശത്തും നക്ഷത്രങ്ങൾ വിതരണം ചെയ്യപ്പെട്ടിരിക്കുന്നു. ഇതിൽ ഡിസ്കാണോ ചുറ്റുമുള്ള ഭാഗമാണോ ആദ്യം ഉണ്ടായതെന്ന കാര്യത്തിൽ നമുക്ക് തീർച്ചയില്ല. രണ്ടുതരത്തിലുള്ള സിദ്ധാന്തങ്ങളും നിലവിലുണ്ട്.

പ്രപഞ്ചത്തിന്റെ ശൈശവത്തെക്കുറിച്ച് വിശദമായ വിവരങ്ങൾ ശേഖരിച്ച ബഹിരാകാശപേടകം.

1994-ലെ ഒരു കണ്ടെത്തൽ അനുസരിച്ച് നമ്മുടെ ഗാലക്സിക്ക് അയൽക്കാരിയായി ഒരു ചെറുഗാലക്സിയുണ്ട്. ധനു രാശിയിലാണ് ഇത് കാണപ്പെടുന്നത്. നമ്മുടെ ഗാലക്സി ഈ അയൽക്കാരിയെ ക്രമേണ 'അകത്താക്കി'ക്കൊണ്ടിരിക്കുകയാണ്. വൻഗാലക്സികളുടെ പരിണാമത്തിൽ ഇത്തരം വിഴുങ്ങലുകൾ സാധാരണമാണ്. ആൻഡ്രോമേഡ രാശിയിൽ കാണപ്പെടുന്ന 'എം-31' എന്ന ഗാലക്സിയും ഇതുപോലെ മറ്റൊരു ചെറുഗാലക്സിയെ അകത്താക്കിയിട്ടുണ്ടെന്നാണ് ശാസ്ത്രജ്ഞരുടെ ധാരണ.

സർപ്പിള ഗാലക്സികൾ പോലെ പ്രപഞ്ചത്തിൽ ധാരാളമായി കാണപ്പെടുന്ന മറ്റൊരിനം ഗാലക്സികളാണ് ദീർഘഗോളാകൃതിയിലുള്ള ഗാലക്സികൾ (elliptical galaxies). വൻ ഗാലക്സികൾ കൂടിച്ചേർന്നാണത്രേ ഇത്തരം ഗാലക്സികൾ ഉണ്ടാകുന്നത്. രണ്ട് ഗാലക്സികൾ നേർക്കുനേരെ വരുന്ന സന്ദർഭങ്ങൾ ഉണ്ടായാൽ തന്നെ അവയിലെ നക്ഷത്രങ്ങൾ പരസ്പരം കൂട്ടിയിടിക്കാനുള്ള സാധ്യത കുറവാണ്. നക്ഷത്രങ്ങൾക്കിടയിൽ ധാരളം ശൂന്യസ്ഥലം ഉണ്ടെന്നതിനാൽ ഗാലക്സികൾ പരസ്പരം കയറിയിറങ്ങിപ്പോവുക എന്നതാണ് സംഭവിക്കാൻ പോകുന്ന കാര്യം. പക്ഷേ ഇവയുടെ ഗുരുത്വബലം മൂലം വാതകരൂപത്തിലോ ധൂളീരൂപത്തിലോ ഉള്ള കുറച്ചു ദ്രവ്യവും ഏതാനും നക്ഷത്രങ്ങളും ഗാലക്സിയുടെ പുറംഭാഗത്തേക്ക് തെറിച്ചുപോയെന്നു വരാം. രണ്ടു ഗാലക്സികൾ പരസ്പരം കടന്നുപോയാലും ഊഞ്ഞാലാടുമ്പോഴെന്നതുപോലെ അവ

ഗുരുത്വബലത്താൽ വീണ്ടും പരസ്പരം നേർക്കു നേരെ വരാം. മേൽപറഞ്ഞതെല്ലാം ഇത്തവണയും ആവർത്തിക്കാം. ഇതിങ്ങനെ പലവട്ടം നടന്ന്, ഓരോ തവണയും കുറച്ച് ഗതികോർജ്ജം നഷ്ടപ്പെടുത്തി ഒടുവിൽ അവ യോജിച്ച് ഒരു കൂറ്റൻ ഗാലക്സി ആയെന്നു വരാം. ഈ സംഭവപരമ്പരകൾക്കിടയിൽ പുറത്തേക്കു തള്ളപ്പെടുന്ന വാതകപടലങ്ങളിൽനിന്ന് ഗ്ലോബുലാർ ക്ലസ്റ്റേഴ്സ് (globular clusters) എന്നറിയപ്പെടുന്ന നക്ഷത്രസമൂഹങ്ങളോ ചെറുഗാലക്സികൾ തന്നെയോ രൂപപ്പെട്ടുവെന്നുവരാം.

ഗാലക്സികളുടെ ഉത്ഭവത്തെക്കുറിച്ച് വിശദമായ പഠനം നടത്തിയ ഒരാൾ സർ ജെയിംസ് ജീൻസ് ആണ്. അദ്ദേഹത്തിന്റെ *അത്ഭുതപ്രപഞ്ചം (Mysterious Universe*) എന്ന പുസ്തകം പ്രസിദ്ധമാണ്. (അതിന്റെ മലയാളപരിഭാഷ പ്രസിദ്ധീകരിക്കപ്പെട്ടിട്ടുണ്ട്). ന്യൂട്ടന്റെ ഭൗതികശാസ്ത്ര തത്വങ്ങളും താപഗതികത്തിന്റെ (thermodynamics) അടിസ്ഥാനാശയങ്ങളും ചേർത്താണ് ഗാലക്സികളുടെ രൂപീകരണത്തെക്കുറിച്ച് ജെയിംസ് ജീൻസ് തന്റെ വാദഗതികൾ ഇരുപതാം നൂറ്റാണ്ടിൽ രൂപപ്പെടുത്തിയത്. പിന്നീടാണ് ഐൻസ്റ്റൈന്റെ ആപേക്ഷികതാസിദ്ധാന്തവും മഹാവിസ്ഫോടനസിദ്ധാന്തവുമെല്ലാം രംഗത്തെത്തിയത്. വികസിക്കുന്ന പ്രപഞ്ചത്തിന്റെ കാര്യത്തിലും ജീൻസിന്റെ ആശയങ്ങൾ വലിയ മാറ്റമില്ലാതെ ഉപയോഗിക്കാമെന്നതിനാൽ നമ്മൾ, അവ ഒന്നു പരിശോധിക്കുന്നതു നന്നായിരിക്കും.

തുടക്കത്തിൽ ദ്രവ്യം പ്രപഞ്ചത്തിൽ എല്ലായിടത്തും ഒരു ചെറിയ സാന്ദ്രതയിൽ ഒരുപോലെ വിതരണം ചെയ്യപ്പെട്ടിരുന്നു എന്നു കരുതുക. ഈ പശ്ചാത്തലത്തിനുമുകളിൽ ഏതെങ്കിലും തരത്തിലുള്ള ഒരു ചെറിയ സാന്ദ്രതാവ്യതിയാനം സംഭവിച്ചുവെന്നും കരുതുക. അതായത് എല്ലായിടവും ഏതാണ്ട് ഒരുപോലെ ആയിരിക്കെ ഒരിടത്ത് എന്തെങ്കിലും കാരണത്താൽ സാന്ദ്രത ഇത്തിരി അധികമാണെന്നു കരുതുക. കാലപ്പഴക്കത്തിൽ ഈ സാന്ദ്രതാവ്യതിയാനം അധികരിച്ച് അത് ഒരു ഗാലക്സിയുടെയോ നക്ഷത്രത്തിന്റെയോ രൂപീകരണത്തിലേക്കു വഴിതെളിക്കുമോ എന്നു നോക്കാം. ദ്രവ്യം ഏതു തരത്തിൽ പെട്ടതാണെങ്കിലും അതിന് ഗുരുത്വാകർഷണം ഉണ്ടാകും. ന്യൂട്ടന്റെ ഗുരുത്വനിയമം അനുസരിച്ച് ആകർഷണം മാത്രമാണുള്ളത്; വികർഷണമെന്നൊന്നില്ല. കാർമേഘത്തിൽ മഴത്തുള്ളി ഉണ്ടാകുന്നതുപോലെ ഒരു തുടക്കം കിട്ടിക്കഴിഞ്ഞാൽ ദ്രവ്യം ചുറ്റുമുള്ള വാതകകണങ്ങളെ ആകർഷിച്ച് അടുപ്പിക്കും. അങ്ങനെ അതിന്റെ സാന്ദ്രത കൂടിക്കൂടി വരുന്നു. അതേസമയം ഈ വാതകത്തിന്റെ മർദ്ദം ഇതിനെതിരെ ബലം ചെലുത്തും. താപനില കൂടുതലാണെങ്കിൽ മർദ്ദവും കൂടുതലായിരിക്കും. അത് വാതകം സംഘീഭവിക്കുന്നതിനെ തടസ്സപ്പെടുത്താൻ സാധ്യതയുണ്ട്. വാതക തന്മാത്രകളെ തമ്മിൽ അടുപ്പിക്കാൻ ഗുരുത്വബലവും അകറ്റാൻ മർദ്ദവും ശ്രമിക്കുന്നതിൽ ഏതു വിജയിക്കുമെന്ന് നമുക്കുനോക്കാം. കാര്യങ്ങൾ ലളിതമാക്കാൻ ഗോളാകൃതിയിലുള്ള ഒരു വാതകശേഖരത്തിൽനിന്നു തുടങ്ങാം.

അതിന് ഒരു പ്രത്യേക താപനിലയും സാന്ദ്രതയും ഉണ്ടെന്നു കരുതുക. അതിന് ദ്രവ്യമാനം കുറവാണെങ്കിൽ ഗുരുത്വബലവും കുറവായിരിക്കും; അപ്പോൾ മർദ്ദം ജയിക്കും, അതു വികസിക്കും. എന്നാൽ ദ്രവ്യമാനം ഒരു നിശ്ചിത അളവിൽ കൂടുതലാണെങ്കിൽ ഗുരുത്വാകർഷണം വിജയിക്കും; വാതക ആറ്റങ്ങൾ അടുത്തുവരും, സാന്ദ്രത വർദ്ധിക്കും. ഇതു സംഭവിക്കാൻ വേണ്ട ഏറ്റവും കുറഞ്ഞ ദ്രവ്യമാനം ജീൻസ് ദ്രവ്യമാനം (Jeans mass) എന്നറിയപ്പെടുന്നു. ഇത് താപനിലയും സാന്ദ്രതയും അനുസരിച്ച് മാറിക്കൊണ്ടിരിക്കും.

താപനില 3000 കെൽവിനു താഴെ എത്തുമ്പോൾ, ഇലക്ട്രോണുകൾ അണുകേന്ദ്രങ്ങളുമായി ചേർന്ന് ആറ്റങ്ങൾ രൂപപ്പെടുന്ന കാലഘട്ടത്തിലെ ജീൻസ് ദ്രവ്യമാനം കണക്കാക്കിയാൽ കിട്ടുന്ന ഉത്തരം സൂര്യന്റെ ദ്രവ്യമാനത്തിന്റെ പത്തു ലക്ഷം ഇരട്ടിയാണ്. അതായത് ഒറ്റ നക്ഷത്രങ്ങൾ പിറവിയെടുക്കുക എന്നത് ഏതാണ്ട് അസാധ്യമാണ്. എന്നാൽ ഒരു നക്ഷത്രസമൂഹം മുഴുവൻ ഒരുമിച്ചുണ്ടാകുന്ന കാര്യം പരിഗണിച്ചു നോക്കാം. പക്ഷേ ഇവിടെയുമുണ്ട് ഒരു പ്രശ്നം. പത്തുലക്ഷം സൂര്യസമാനമായ നക്ഷത്രങ്ങൾ ചേർന്നാൽ ഒരു സാധാരണ ഗാലക്സിയുടെ പതിനായിരത്തിൽ ഒന്നുപോലുമാകില്ല. അങ്ങനെയെങ്കിൽ ഇത്തരം ഗാലക്സികളുടെ ബീജാവാപം കുറേക്കൂടി നേരത്തെ നടന്നിരിക്കണം. ഗാലക്സികളിലുള്ള 'അദൃശ്യദ്രവ്യം' (dark matter) കൂടി പരിഗണിക്കുമ്പോൾ കണക്കു കൂട്ടലുകൾ പിന്നെയും തിരുത്തേണ്ടിവരും. ഗാലക്സികളിൽ കാലത്തിന്റെ ഒഴുക്കിനിടയിൽ വരുന്ന മാറ്റങ്ങളും നമ്മൾ പരിഗണിക്കണം. നമ്മൾ ഇന്നു കാണുന്ന തരത്തിലുള്ള ഗാലക്സികളല്ല പണ്ടുണ്ടായിരുന്നത്. നമ്മുടെ ദൂരദർശിനികളുടെ ശേഷി കൂടുന്നതനുസരിച്ച് കൂടുതൽ അകലങ്ങളിലുള്ള ഗാലക്സികളെ നോക്കുമ്പോൾ നമ്മൾ ഭൂതകാലത്തിൽ കൂടുതൽ ആഴത്തിലേക്കാണ് നോക്കുന്നത്. അപ്പോൾ കാണുന്ന കാഴ്ച സമീപസ്ഥ ഗാലക്സികളിലേതിനേക്കാൾ വ്യത്യസ്തമാണ്. ഉദാഹരണത്തിന് ക്വാസാറുകളെ നമ്മൾ അടുത്ത പ്രദേശങ്ങളിലൊന്നും കാണുന്നില്ല. ക്വാസാറുകളെ കണ്ടെത്തിയിട്ടുള്ളതൊക്കെ വളരെ ദൂരെനിന്ന് വളരെയേറെക്കാലം മുമ്പേ യാത്ര ആരംഭിച്ചിട്ടുള്ള പ്രകാശതരംഗങ്ങൾ വഴിയാണ്. ക്വാസാറുകൾ ജനിച്ചത് സാധാരണ ഗാലക്സികൾക്കു മുമ്പാണോ? അതോ ക്വാസാറുകൾ പരിണമിച്ച് അവയുടെ അസ്തിത്വംതന്നെ നഷ്ടപ്പെടുത്തിയതാണോ? ഇപ്പോഴും ഇക്കാര്യത്തിൽ അവസാനവാക്ക് പറഞ്ഞു കഴിഞ്ഞിട്ടില്ല.

ആദിമപ്രപഞ്ചത്തിൽ ഗാലക്സികളും അവയുടെ സംഘാതങ്ങളും എങ്ങനെ രൂപപ്പെട്ടുവെന്നത് ലളിതമായ സമവാക്യങ്ങളിലൂടെ മാത്രം വിവരിക്കാൻ കഴിയില്ല. കുറേ വസ്തുക്കൾ പരസ്പരാകർഷണത്തിൽ ചലിച്ചുകൊണ്ടിരിക്കുമ്പോൾ ആ ചലനത്തിന്റെ വിശദാംശങ്ങൾ കണ്ടുപിടിക്കുക ദുഷ്കരമാണ്. രണ്ടിൽകൂടുതൽ വസ്തുക്കളെ പരിഗണിക്കണമെങ്കിൽ തന്നെ കാര്യങ്ങൾ ബുദ്ധിമുട്ടായി. ശക്തിയേറിയ കമ്പ്യൂട്ട

റുകൾ ഉപയോഗിച്ച് പ്രപഞ്ചത്തിന്റെ ഒരു മാതൃക ഉണ്ടാക്കി പരിശോധിക്കുക എന്നതാണ് ഈ രംഗത്തെ പ്രധാനരീതി. ഈ രംഗത്തെ ഗവേഷകരിൽ ശ്രദ്ധേയനാണ് മലയാളികൂടിയായ താണുപത്മനാഭൻ. ഇദ്ദേഹത്തിന്റെ കൃതിയായ *ആദ്യത്തെ മൂന്നു മിനിട്ടിനു ശേഷം* (*After the first three minutes*)-ൽ ഈ രംഗത്തെ ഗവേഷണഫലങ്ങൾ വിവരിക്കുന്നുണ്ട്.

ഈ രംഗത്തുനിന്ന് നമുക്ക് സമീപഭാവിയിൽ പുതിയ വാർത്തകൾ പ്രതീക്ഷിക്കാം.

*

15

പ്രപഞ്ചത്തിന്റെ കുതിപ്പ്
(Inflationary model of the universe)

മഹാവിസ്ഫോടനസിദ്ധാന്തത്തെ സംബന്ധിച്ച് ആദ്യകാലത്ത് നിലവിലുണ്ടായിരുന്ന മാതൃകയിലെ ചില പോരായ്മകൾ പരിഹരിക്കാൻ 1981–ൽ അലൻ ഗുത്ത് എന്ന ശാസ്ത്രജ്ഞൻ നടത്തിയ കൂട്ടിച്ചേർക്കലാണ് ഇത്. മഹാസ്ഫോടനം തുടങ്ങിയതിനുശേഷമുള്ള പരിണാമദശയിലെ ഒരു പ്രത്യേക ഘട്ടത്തിൽ പ്രപഞ്ചം വളരെ വേഗതയിൽ വികസിച്ചുവെന്നതാണ് ഇതിന്റെ പൊരുൾ. പ്രപഞ്ചത്തിന്റെ പ്രായം 10^{-35} സെക്കൻഡ് ആയിരുന്നപ്പോൾ ആരംഭിച്ച ഈ കുതിച്ചുചാട്ടം (inflation) വളരെ ചെറിയ ഒരു സമയം കൊണ്ട് അവസാനിച്ചു. പക്ഷേ, ഈ സമയം കൊണ്ട് പ്രപഞ്ചം 10^{23} മടങ്ങു വികസിച്ചുകഴിഞ്ഞിരുന്നു എന്നാണ് കണക്ക്.

കുതിച്ചുകയറ്റ സിദ്ധാന്തത്തിന് (theory of inflation) നമ്മൾ അലൻ ഗുത്തിനോട് കടപ്പെട്ടിരിക്കുന്നു.

മഹാസ്ഫോടനത്തെ സംബന്ധിച്ച പ്രാമാണിക മാതൃകയ്ക്ക് ശരിയാംവിധം വിശദീകരിക്കാൻ കഴിയാത്ത പല കാര്യങ്ങളും വിശദീകരിക്കാൻ ഈ പരിഷ്കാരത്തിലൂടെ സാധിക്കും. ഉദാഹരണത്തിന് പ്രപഞ്ചം ഒന്നാകെ എടുത്തു പരിശോധിക്കുമ്പോൾ എല്ലായിടവും ഒരു പോലെയാണ്, എല്ലാ ദിശകളും ഒരു പോലെയാണ്. എന്നാൽ നിരവധി ഗാലക്സികൾ അടങ്ങിയ സ്പേസിന്റെ രണ്ടു വലിയ ഭാഗങ്ങൾ എടുത്താൽ, ഗാലക്സികളുടെ എണ്ണവും മറ്റും ഏതാണ്ട് സമമായിരിക്കും. അതുപോലെതന്നെ, ഏതു ദിശയിലേക്കു നോക്കിയാലും ഗാലക്സികളുടെ വൻസമൂഹങ്ങളാണ് കാണാൻ കഴിയുക.

ഈ വൈപുല്യത്തെ കുതിച്ചുകയറ്റ (inflation) സിദ്ധാന്തത്തിലൂടെ വിശദീകരിക്കാൻ കഴിയും. ഇതിനു വിശദീകരിക്കാൻ കഴിയുന്ന മറ്റൊരു കാര്യം പ്രപഞ്ചം ഇത്രകാലം ഇത്തരത്തിൽ എങ്ങനെ നിലനിന്നു എന്നതാണ്. പ്രശ്നം ഇതാണ്; ആദ്യത്തിൽ, പ്രപഞ്ചത്തിലെ സകലമാന ദ്രവ്യവും ഒരുമിച്ചെടുത്താലുള്ള സാന്ദ്രത ഒരു നിശ്ചിത അളവിൽ കൂടുതലായിരുന്നെങ്കിൽ ദ്രവ്യത്തിന്റെ ഗുരുത്വാകർഷണം മൂലം വികാസം എല്ലാം ക്രമേണ അവസാനിച്ച് പ്രപഞ്ചം പണ്ടേ ചുരുണ്ടുകൂടിയേനേ! സാന്ദ്രത കുറച്ചു കുറവായിരുന്നെങ്കിലോ, പ്രപഞ്ചം പിടികൊടുക്കാത്ത രീതിയിൽ വികസിച്ചു വികസിച്ച് ഉള്ള ദ്രവ്യമെല്ലാം എല്ലായിടത്തുമായി വീതിക്കപ്പെട്ട്, സാന്ദ്രത വീണ്ടും കുറഞ്ഞ്, ഒടുവിൽ അതു മുഴുവൻ പ്രപഞ്ചവിശാലതയിൽ അലിഞ്ഞുചേർന്നേനേ! ഇതിൽ രണ്ടിലൊന്നിനാണ് ഏറ്റവും സാധ്യത എന്നതാണ് പ്രപഞ്ചത്തിന്റെ പ്രാമാണിക മാതൃക കാട്ടിത്തരുന്നത്. ഗുത്തിന്റെ പരിഷ്കാരങ്ങൾ ഈ പ്രശ്നവും പരിഹരിക്കുന്നു.

കഴിഞ്ഞ കുറച്ചു വർഷങ്ങളായി നമുക്കു ലഭിക്കുന്ന പുത്തൻ വിവരങ്ങൾ അനുസരിച്ച് പ്രപഞ്ചത്തിന്റെ ആദ്യകാല കുതിച്ചുകയറ്റത്തെക്കുറിച്ചുള്ള സിദ്ധാന്തങ്ങൾ ശരിയാണെന്നു കൂടുതൽ ബോധ്യമായിക്കൊണ്ടിരിക്കുകയാണ്. അതേ സമയം തന്നെ, ഈ കുതിച്ചു കയറ്റത്തിന് കാരണമെന്ത് എന്നതിന് വ്യക്തമായ ഉത്തരമില്ല. ഈ കുതിച്ചുകയറ്റത്തെ മഹത്തായ ഏകീകൃതസിദ്ധാന്തവുമായി ബന്ധിപ്പിക്കാൻ ശ്രമങ്ങൾ നടന്നിട്ടുണ്ട്. വിദ്യുത്കാന്തിക ബലത്തെയും രണ്ടിനം ന്യൂക്ലിയർ ബലങ്ങളെയും (weak and strong nuclear forces) സംയോജിപ്പിക്കുന്ന സിദ്ധാന്തങ്ങളാണ് ഇവ. വളരെ ഉയർന്ന താപനിലയിൽ ഈ മൂന്നു ബലങ്ങളും വേർപിരിക്കാനാവാത്തവിധം ഒന്നിച്ചിരുന്നുവെന്നാണ് പൊതുധാരണ. ഇതിന്റെ വിശദാംശങ്ങളെ സംബന്ധിച്ച് വ്യക്തമായ ഒരു ധാരണ ഇതുവരെ ആയിട്ടില്ല.

*

16

ഉത്തരം തേടുന്ന ചോദ്യങ്ങൾ

പ്രപഞ്ചത്തിന്റെ സത്തയെക്കുറിച്ചുള്ള അന്വേഷണത്തിൽ നമുക്കു വ്യക്തമായിട്ടുള്ള കാര്യങ്ങളാണ് ഇതുവരെ പറഞ്ഞത്. അൻപതു വർഷം മുൻപ് ഏകദേശരൂപം പോലും ഇല്ലാതിരുന്ന പലകാര്യങ്ങളെ സംബന്ധിച്ചും നമുക്കിന്ന് ആത്മവിശ്വാസത്തോടെ സംസാരിക്കാൻ കഴിയും. ഈ മഹാപ്രപഞ്ചത്തിലെ ഒരു തരിമാത്രമായ നമ്മുടെ ഗാലക്സിയിലെ ഒന്നുമല്ലാത്ത ഒരു സ്യൂര്യന്റെ ചുറ്റും തിരിയുന്ന ഒരു ചെറുഗ്രഹമായ ഭൂമിയിലെ മനുഷ്യന് കാര്യകാരണബന്ധത്തോടെ, നിരീക്ഷണപരീക്ഷണങ്ങളുടെ ഉറച്ച പിന്തുണയോടെ, പ്രപഞ്ചത്തെക്കുറിച്ചു സംസാരിക്കാൻ കഴിയുന്നു എന്നതുതന്നെ ഒരു വലിയകാര്യമാണ്. ആൽബെർട്ട് ഐൻസ്റ്റൈൻ ഒരിക്കൽ പറഞ്ഞു; "എനിക്ക് തീരെ ഉൾക്കൊള്ളാൻ കഴിയാത്ത ഒരു കാര്യം ഈ പ്രകൃതിയെ നമുക്ക് ഉൾക്കൊള്ളാൻ കഴിയുന്നുവെന്നതാണ്."

സ്റ്റീഫൻ ഹാക്കിങ് (1942–)
പ്രപഞ്ചത്തെ സംബന്ധിച്ച് നിരവധി ചോദ്യങ്ങൾ ഉയർത്തിയ ശാസ്ത്രജ്ഞൻ

ഊർജ്ജസ്വലനായ ഒരു പർവ്വതാരോഹകൻ കീഴടക്കാൻ പുതിയ കൊടുമുടികൾ തേടിക്കൊണ്ടിരിക്കുന്നതുപോലെ ശാസ്ത്രാന്വേഷകർ ഉത്തരം കണ്ടെത്തേണ്ട പുതിയ ചോദ്യങ്ങൾ ഉയർത്തിക്കൊണ്ടിരിക്കും. ഇത്തരത്തിൽ ശാസ്ത്രജ്ഞർ ഉത്തരം തേടിക്കൊണ്ടിരിക്കുന്ന ഏതാനും ചോദ്യങ്ങളെ നമുക്ക് പരിചയപ്പെടാം.

ആരംഭത്തിന്റെ ആരംഭം?

പ്രപഞ്ചത്തിന്റെ ആരംഭത്തിന്റെ ആരംഭം എങ്ങനെയായിരുന്നുവെന്നതാവട്ടെ ആദ്യചോദ്യം. തത്ത്വശാസ്ത്രത്തിന്റെ കാഴ്ചപ്പാടിലൂടെ നോക്കിയാൽ ഇത് വളരെ പ്രധാനപ്പെട്ട ചോദ്യമാണ്. എന്നാൽ ഭൗതികശാസ്ത്രജ്ഞനെ സംബന്ധിച്ചിടത്തോളം അത് ഒരു ജീവന്മരണപ്രശ്നമൊന്നുമല്ല. കാരണം പ്രപഞ്ചപരിണാമത്തെക്കുറിച്ചും അതിന്റെ ഭാവിയെക്കുറിച്ചും പഠിക്കാൻ അതിന്റെ ആരംഭത്തിന്റെ ആരംഭം കൃത്യമായി അറിയണമെന്നില്ല. ചാൾസ് ഡാർവിൻ പരിണാമസിദ്ധാന്തം രൂപപ്പെടുത്തിയപ്പോൾ ഭൂമിയിൽ ആദ്യമായി ജീവൻ എങ്ങനെ ഉണ്ടായി എന്നതിനെ സംബന്ധിച്ച് അധികം തലപുകച്ചില്ല. പ്രപഞ്ചപരിണാമത്തിന്റെ കാര്യവും സമാനമാണ്.

പ്രപഞ്ചത്തിന്റെ ആദ്യനിമിഷങ്ങളെക്കുറിച്ച് പഠിക്കാൻ ഏറ്റവും സഹായിക്കുന്നത് ആപേക്ഷികതാസിദ്ധാന്തവും ക്വാണ്ടം മെക്കാനിക്സുമാണ്. ഈ ശാസ്ത്രശാഖകളിലെ അറിവുകൾ നമ്മൾ ഭൂമിയിലെ പരീക്ഷണശാലകളിൽ പരിശോധിച്ചു നോക്കിയിട്ടുള്ളവയാണ്.

നമ്മൾ വർത്തമാനകാലത്തിൽനിന്ന് പിന്നോട്ടുപോയി പ്രപഞ്ചത്തിന്റെ തുടക്കകാലത്തേക്ക് എത്തുന്നതനുസരിച്ച് അവിടെ ദ്രവ്യത്തിന്റെ അവസ്ഥ വളരെ വ്യത്യസ്തമായിക്കൊണ്ടിരിക്കും. വസ്തുക്കൾ തമ്മിലുള്ള ദൂരം വളരെ കുറഞ്ഞുവരും. സാന്ദ്രതയും താപനിലയും ഉയർന്നുവരും. വളരെ ചെറിയ ദൂരങ്ങളുടെ ലോകത്ത് എത്തുമ്പോൾ ഭൗതികശാസ്ത്രത്തിന് ആർജ്ജിക്കാൻ കഴിഞ്ഞിട്ടുള്ള അറിവിന്റെ പരിമിതി വ്യക്തമാകും. ഇപ്പോഴത്തെ അവസ്ഥവെച്ച് ഒരു മീറ്ററിനെ ആയിരം ആയിരം ആയിരം ആയിരം ആയിരം ആയിരം തുല്യഭാഗങ്ങളായി വിഭജിച്ചാൽ കിട്ടുന്ന ചെറിയ ദൂരത്തെക്കുറിച്ചുപോലും ഭൗതികശാസ്ത്രത്തിന്റെ സഹായത്തോടെ നമുക്കിന്ന് (10^{-18} മീറ്റർ) ആത്മവിശ്വാസത്തോടെ സംസാരിക്കാം. ആറ്റത്തിനകത്ത് അണുകേന്ദ്രത്തിലുള്ള പ്രോട്ടോണിന്റെയോ ന്യൂട്രോണിന്റെയോ ഘടകമായ ക്വാർക്കുകളെക്കുറിച്ചുപോലും നമുക്കിന്നറിയാം. അതിനുമപ്പുറം എന്താണെന്നതിനെക്കുറിച്ച് നമുക്ക് ഇനിയും വ്യക്തമായി അറിയില്ല. ക്വാർക്കുകളും ഇലക്ട്രോണുകളുമല്ല ഏറ്റവും മൗലികമായിട്ടുള്ള ദ്രവ്യവസ്തുക്കളെന്നു കരുതുന്നവരുണ്ട്. ഇതെല്ലാം ചില തന്ത്രികളുടെ (strings) ഉത്തേജിത അവസ്ഥകൾ (excited states) മാത്രമാണ് എന്ന് സിദ്ധാന്തിക്കുന്നവരുണ്ട്. സൂപ്പർതന്ത്രി സിദ്ധാന്തക്കാർക്ക് (superstring theories) ഇതുവരെയും പരീക്ഷണ നിരീക്ഷണങ്ങളുമായി തട്ടിച്ചു നോക്കാൻ കഴിയുന്ന വ്യക്തമായ പ്രവചനങ്ങൾ നടത്താൻ കഴിഞ്ഞിട്ടില്ല. ചതുർമാനലോകത്തിനു പകരം പത്തും പതിനൊന്നും അതിലധികവും മാനങ്ങളുള്ള ലോകത്തെയും അവർ സങ്കൽപ്പിക്കുന്നുണ്ട്. ഇതിനൊന്നും വേണ്ടത്ര തെളിവുകൾ ലഭിച്ചിട്ടില്ല എന്നതിനാൽ ചെറുതിൽ ചെറുതിലേക്ക് പോകുമ്പോൾ ഒടുവിൽ എന്ത് എന്നതിന് ഒടുവിലത്തെ ഉത്തരം ഇനിയും നമുക്ക് കിട്ടിയിട്ടില്ല.

പ്രപഞ്ചം ഒരു നിമിഷം സൃഷ്ടിക്കപ്പെട്ടതാണെങ്കിൽ അതിനുമുമ്പ്

എന്തായിരുന്നു എന്ന് ചോദിക്കുന്നവരുണ്ട്. ആ ചോദ്യമേ തെറ്റാണെന്നായിരിക്കും പലപ്പോഴും ഭൗതികശാസ്ത്രജ്ഞർ നൽകുന്ന ഉത്തരം. ചോദ്യകർത്താവിനെ ഒന്ന് ഇരുത്തുന്ന ഉത്തരമാണിതെങ്കിലും അതിൽ ഇത്തിരി കാര്യമുണ്ട്. കേവലമായ കാലം (absolute time) എന്ന ഒരു സങ്കൽപ്പം ഈ ചോദ്യത്തിൽ അന്തർലീനമാണ്. ഭാവിയിലേക്കും ഭൂതത്തിലേക്കും അനന്തമായി നീണ്ടുനിവർന്നു കിടക്കുന്ന കാലത്തിൽ സംഭവങ്ങൾ ഉണ്ടാവുകയും ഇല്ലാതാവുകയും ചെയ്യുന്നു എന്ന സങ്കല്പമാണ്. ന്യൂട്ടൻ ക്ലാസ്സിക്കൽ ഭൗതികം രൂപപ്പെടുത്തിയകാലത്തുണ്ടായിരുന്നത്. എന്നാൽ ഈ സങ്കൽപ്പത്തെ വേരുകളോടെ പിഴുതെടുക്കുകയാണ് ഐൻസ്റ്റൈൻ ആപേക്ഷികതാസിദ്ധാന്തം വഴി ചെയ്തത്.

പ്രപഞ്ചോല്പത്തിയെയും പരിണാമത്തെയും സംബന്ധിച്ച പ്രാമാണിക മാതൃക (സ്റ്റാൻഡേർഡ് ബിഗ് ബാംഗ് മോഡൽ) അനുസരിച്ച് സമയത്തിൽ നാം പിന്നോട്ടു പോകുമ്പോൾ, സമയം പൂജ്യത്തോടടുക്കുമ്പോൾ, ജ്യാമിതിയിലും കാതലായ മാറ്റങ്ങൾ വരുന്നു. അത് ഒരു സിംഗുലാരിറ്റിയിലേക്ക് (singularity) അടുക്കുന്നു. (സിംഗുലാരിറ്റി എന്ന സാങ്കേതികപദത്തിന് പറ്റിയ മലയാളവാക്കില്ല. അദ്വിതീയത എന്നു ചിലർ എഴുതിക്കാണാറുണ്ട്). അതിനോടടുക്കുന്തോറും ഗുരുത്വബലത്തിന്റെ ശക്തികൂടിവരും. ഉയർന്ന ഗുരുത്വബലം ഉള്ളപ്പോൾ ഭൗതിക ശാസ്ത്രം ഏതുതരത്തിലായിരിക്കും എന്നതിനെ സംബന്ധിച്ച് നമുക്കു വ്യക്തമായി അറിഞ്ഞുകൂടാ. നമ്മുടെ സിദ്ധാന്തങ്ങൾ അത്തരം സന്ദർഭങ്ങളിൽ പരീക്ഷിക്കപ്പെട്ടിട്ടില്ല. മാത്രവുമല്ല, അത്തരം സന്ദർഭങ്ങളിൽ ഗുരുത്വവും ക്വാണ്ടം മെക്കാനിക്സും ഇണക്കിച്ചേർത്ത ഒരു ക്വാണ്ടം ഗുരുത്വ സിദ്ധാന്തം ആവശ്യമായി വരും. ഇതിനെല്ലാം ഉത്തരം കിട്ടിയാലേ പ്രപഞ്ചത്തിന്റെ ആരംഭത്തിന്റെ ആരംഭത്തെക്കുറിച്ച് നമുക്ക് ആത്മവിശ്വാസത്തോടെ സംസാരിക്കാൻ കഴിയൂ. അതിനാൽ തത്കാലം ഇത് ഉത്തരം കിട്ടാത്ത ഒരു ചോദ്യമായി അവശേഷിക്കുന്നു.

ദ്രവ്യവും പ്രതിദ്രവ്യവും

ഭൗതികശാസ്ത്രത്തിൽ പൊതുവെ അംഗീകരിക്കപ്പെട്ടിട്ടുള്ള സിദ്ധാന്തങ്ങൾ അനുസരിച്ച് പ്രകൃതിയിലുള്ള എല്ലാ ഇനം കണങ്ങൾക്കും പ്രതികണങ്ങളുണ്ട്. കണങ്ങളുടെ അതേ ദ്രവ്യമാനവും വിപരീത ചാർജ്ജും ഉള്ളവയാണ് പ്രതികണങ്ങൾ. ഉദാഹരണത്തിന് ഇലക്ട്രോണിന്റെ അതേ ദ്രവ്യമാനവും വിപരീത ചാർജ്ജും (പോസിറ്റീവ് ചാർജ്ജ്) ഉള്ള കണങ്ങളാണ് പോസിട്രോൺ അഥവാ ആന്റിഇലക്ട്രോണുകൾ. ഇവയാണ് ആദ്യമായി കണ്ടുപിടിക്കപ്പെട്ട പ്രതിദ്രവ്യകണങ്ങൾ. തുടർന്ന് ആന്റിപ്രോട്ടോൺ, ആന്റിന്യൂട്രോൺ തുടങ്ങിയ കണങ്ങളെ കണ്ടുപിടിച്ചു. പ്രകാശകണികയായ ഫോട്ടോണിന് ചാർജ്ജ് ഇല്ലാത്തതിനാൽ അതിനെ അതിന്റെതന്നെ പ്രതിദ്രവ്യകണമായി കണക്കാക്കാറുണ്ട്.

മഹാസ്ഫോടന സിദ്ധാന്തമനുസരിച്ച് പ്രപഞ്ചത്തിന്റെ ആരംഭത്തിൽ ദ്രവ്യകണങ്ങൾ സൃഷ്ടിക്കപ്പെട്ടപ്പോൾ അതേ അളവിൽത്തന്നെ

പ്രതിദ്രവ്യകണങ്ങളും സൃഷ്ടിക്കപ്പെട്ടുകാണണം. പക്ഷേ നാം ചുറ്റും നോക്കുമ്പോൾ ദ്രവ്യകണങ്ങളെയാണ് കാണുന്നത്. തൂണിലും തുരുമ്പിലും കല്ലിലും പുല്ലിലുമെല്ലാം പ്രോട്ടോണുകളും ഇലക്ട്രോണുകളും ന്യൂട്രോണുകളുമൊക്കെയാണുള്ളത്. അവയുടെ പ്രതികണങ്ങൾ എങ്ങും കാണാനില്ല. ഭൂമിയിൽ മുഴുവൻ ഇതാണ് സ്ഥിതി. ഭൂമിക്കു പുറത്ത് ചന്ദ്രനിലും ചൊവ്വയിലും ഒക്കെ ഇതാണു സ്ഥിതി. അകലെയുള്ള നക്ഷത്രങ്ങളിലും ഗാലക്സികളിലുമൊക്കെ ഇങ്ങനെതന്നെയായിരിക്കുമോ സ്ഥിതി? അവിടെനിന്നു വരുന്ന വെളിച്ചത്തിൽനിന്ന് അവിടെയുള്ളത് കണങ്ങളാണോ പ്രതികണങ്ങളാണോ എന്ന് ഉറപ്പിച്ചു പറയാൻ കഴിയില്ല. ഹൈഡ്രജൻ ആറ്റങ്ങൾ പുറത്തുവിടുന്ന പ്രകാശത്തിനു സമാനമാണ് ആന്റിഹൈഡ്രജൻ (ആന്റിപ്രോട്ടോണും പോസിട്രോണും ചേർന്നത്) പുറത്തു വിടുന്ന പ്രകാശവും. പല സയൻസ് ഫിക്ഷൻ രചനകളിലും പ്രതിദ്രവ്യലോകങ്ങളെക്കുറിച്ചും അവിടത്തെ പ്രതിദ്രവ്യമനുഷ്യരെക്കുറിച്ചുമെല്ലാം ഭാവനാപൂർണ്ണമായ കഥകളുണ്ട്. ഇത്തരത്തിലുള്ള ഒരു പ്രതിദ്രവ്യ മനുഷ്യൻ നമ്മളിലൊരാളെ ഒന്നു ഹസ്തദാനം ചെയ്താൽ എന്തു സംഭവിക്കുമെന്നോ ദ്രവ്യവും പ്രതിദ്രവ്യവും ചേർന്ന് പരസ്പരം ഉന്മൂലനം സംഭവിക്കുകയും എല്ലാം ഊർജ്ജമായി മാറുകയും ഒരു കൂറ്റൻ അണുബോംബ് പൊട്ടിയ അവസ്ഥ ഉണ്ടാകുകയും ചെയ്യും. പക്ഷേ ഇത്തരത്തിൽ പ്രപഞ്ചത്തിലെവിടെയെങ്കിലും വലിയതോതിൽ പ്രതിദ്രവ്യകണങ്ങൾ ഉണ്ടെന്നതിന് യാതൊരുവിധ തെളിവുകളും കിട്ടിയിട്ടില്ല. സൗരയൂഥത്തിനു പുറത്തുനിന്ന് എല്ലാ ദിശയിൽ നിന്നുമായി വരുന്ന കോസ്മിക് കിരണങ്ങളുടെ കാര്യത്തിലും നമ്മൾ അവയിൽ കണ്ടെത്തിയിട്ടുള്ളവ ഏതാണ്ട് മുഴുവനായും ദ്രവ്യകണങ്ങളാണ്, പ്രതിദ്രവ്യകണങ്ങൾ തീരെ ഇല്ല.

ഇപ്പോൾ നമ്മുടെ മുന്നിലുള്ള ഉത്തരം കിട്ടാത്ത ഒരു ചോദ്യമിതാണ്. പ്രപഞ്ചത്തിൽ എന്തുകൊണ്ട് പ്രതിദ്രവ്യം കാണപ്പെടുന്നില്ല? കാണുന്നതെല്ലാം ദ്രവ്യമാണല്ലോ?

ഈ ചോദ്യത്തിന്റെ ഉത്തരത്തിനായി പലശ്രമങ്ങളും നടത്തിയിട്ടുണ്ട്. ഒന്നും വിജയം കണ്ടിട്ടില്ല. ഇതിൽ പ്രധാന മുന്നേറ്റം ഏകീകൃത ഫീൽഡ് സിദ്ധാന്തത്തെ പിന്തുടർന്ന് ഉണ്ടായതാണ്. പ്രകൃതിയിലെ അടിസ്ഥാന ബലങ്ങളാണ് വിദ്യുത്കാന്തികബലം, ശക്തികുറഞ്ഞ ന്യൂക്ലിയർ ബലം (weak nuclear force) ദൃഢ ന്യൂക്ലിയർ ബലം (strong nuclear force), ഗുരുത്വബലം എന്നിങ്ങനെ നാലെണ്ണം. ഇതിൽ ആദ്യത്തെ രണ്ടെണ്ണത്തിനെ വിജയകരമായി കൂട്ടിയിണക്കിയതാണ് ഏകീകൃത ഫീൽഡ് സിദ്ധാന്തം (unified field theory or electro-weak theory). ഈ സിദ്ധാന്തത്തിന് പരീക്ഷണങ്ങളുടെ ഉറച്ച പിന്തുണയുമുണ്ട്. ഇതിന്റെ കൂടെ ശക്തിയേറിയ ന്യൂക്ലിയർ ബലം കൂടി യോജിപ്പിക്കാനുള്ള സൈദ്ധാന്തിക ശ്രമങ്ങൾ ആണ് മഹത്തായ ഏകീകൃത സിദ്ധാന്തങ്ങളിലേക്ക് (grand unified theories or grand unification theories-GUTs) ഭൗതിക

ശാസ്ത്രലോകത്തെ എത്തിച്ചത്. അതിഭീമമായ ഊർജ്ജാവസ്ഥകളിൽ ഗുരുത്വബലമൊഴികെയുള്ള മൂന്ന് അടിസ്ഥാനബലങ്ങളും ഒന്നാകുമെന്നതാണ് ഇത്തരം സിദ്ധാന്തങ്ങളുടെ കാതൽ. ഇതിന്റെ കൂടെ ഗുരുത്വബലത്തേയും കൂടി സംയോജിപ്പിക്കാൻ കഴിഞ്ഞാൽ അതാണ് "എല്ലാറ്റിന്റേയും സിദ്ധാന്തം (TOE - theory of everything)". നമ്മൾ അതിന്റെ അടുത്തൊന്നും എത്തിയിട്ടില്ല.

ഇത്തരം ഏകീകൃതസിദ്ധാന്തങ്ങൾ അനുസരിച്ച് (GUTs) പ്രോട്ടോൺ ഒരു അസ്ഥിരകണമാണ്. അതായത് പ്രോട്ടോണുകൾ മറ്റു ചെറുകണികകളായി വിഘടിച്ചുപോകും. അപ്പോൾ പിന്നെ പ്രപഞ്ചസൃഷ്ടിമുതൽ വർത്തമാനകാലംവരെ പ്രോട്ടോണുകൾ നിലനിൽക്കുന്നതോ എന്ന ചോദ്യം വരാം. പക്ഷേ സിദ്ധാന്തമനുസരിച്ച് പ്രോട്ടോണുകൾ വിഘടിക്കുന്നതിന്റെ നിരക്ക് വളരെ കുറവാണ്. പ്രോട്ടോണിന്റെ പ്രതീക്ഷിത ആയുസ്സ് പ്രപഞ്ചത്തിന്റെ പ്രായത്തിന്റെ ലക്ഷം ലക്ഷം ലക്ഷം ലക്ഷം മടങ്ങ് വരുമെന്നായിരുന്നു പ്രവചനം. പക്ഷേ ഇതു ശരിയായിരുന്നെങ്കിൽ പ്രപഞ്ചത്തിലെ ദ്രവ്യകണങ്ങൾ എണ്ണത്തിൽ പ്രതിദ്രവ്യകണങ്ങളേക്കാൾ കൂടുതലായതെന്തുകൊണ്ട് എന്ന് വിശദീകരിക്കാൻ കഴിയുമായിരുന്നു. എന്നാൽ പ്രോട്ടോണിന്റെ വിഘടനം സംബന്ധിച്ച പ്രവചനം ശരിയായില്ല. പ്രവചനമനുസരിച്ചു നോക്കിയാൽ ആയിരം ടൺ ദ്രവ്യം ഒരു വർഷം സൂക്ഷ്മമായി നിരീക്ഷിച്ചാൽ ഏതാണ്ട് 50 പ്രോട്ടോണുകൾ നശിക്കണം.

ഇന്ത്യയിലെ കോളാർ സ്വർണ്ണഖനിയിൽ ഇത്തരത്തിൽ ഒരു വൻ പരീക്ഷണം 1980-കളിൽ നടത്തിയിരുന്നു. പക്ഷേ ഏകീകരണത്തെ സംബന്ധിച്ച മഹത് സിദ്ധാന്തങ്ങൾ (grand unified theories) പ്രവചിച്ച രീതിയിലുള്ള പ്രോട്ടോൺ വിഘടനം കണ്ടെത്താനായില്ല. മറ്റു പലയിടങ്ങളിലും കൂടുതൽ കൃത്യതയോടെ ഈ പരീക്ഷണം ആവർത്തിക്കപ്പെട്ടുവെങ്കിലും ഫലം ഇതുതന്നെയായിരുന്നു. ഇക്കാരണങ്ങളാൽ പ്രതികണങ്ങളുടെ മേൽ കണങ്ങൾ നേടിയ മേൽക്കോയ്മ വിശദീകരിക്കാൻ നമുക്കു കഴിഞ്ഞിട്ടില്ല.

അദൃശ്യദ്രവ്യം

നമ്മുടെ ദൂരദർശിനികളുടെയൊന്നും കണ്ണിൽ പെടാത്തതും എന്നാൽ മറ്റു വസ്തുക്കളിൽ ഗുരുത്വബലം ചെലുത്തുന്നതുമായ ഏതോ ദ്രവ്യം നമ്മുടെ പ്രപഞ്ചത്തിൽ ധാരാളമായി ഉണ്ട്. ഇതിനെയാണ് അദൃശ്യദ്രവ്യം, ഇരുണ്ടദ്രവ്യം (dark matter) എന്നൊക്കെ വിളിക്കുന്നത്. ഗാലക്സികളിലെ നക്ഷത്രങ്ങളിലും നക്ഷത്രാന്തരീയപ്രദേശങ്ങളിലുമൊക്കെയുള്ള ദൃശ്യദ്രവ്യത്തിന്റെ ഏതാണ്ട് അഞ്ചോ ആറോ ഇരട്ടി വരുന്ന ഈ അദൃശ്യദ്രവ്യം യഥാർത്ഥത്തിൽ എന്താണ് എന്നതിനെ സംബന്ധിച്ച് ചില ഊഹങ്ങൾ മാത്രമാണ് നമ്മുടെ മുന്നിലുള്ളത്. അദൃശ്യദ്രവ്യം എന്താണെന്നതിനെപ്പറ്റി ഖണ്ഡിതമായി പറയാനാവശ്യമായ വ്യക്തമായ തെളിവുകൾ ലഭ്യമല്ലാത്തതിനാൽ ഇനിയും ഉത്തരം കിട്ടേണ്ട ചോദ്യങ്ങളിൽ പ്രമുഖ

സ്ഥാനമാണ് അദൃശ്യദ്രവ്യത്തിനുള്ളത്.

ഗുരുത്വാകർഷണത്താൽ പരസ്പരബന്ധിതമായ നക്ഷത്രങ്ങളുടെ വൻ സമൂഹങ്ങളാണല്ലോ ഗാലക്സികൾ. ഇവ പല ഇനമുണ്ട്. വലിപ്പത്തിന്റെ കാര്യത്തിലും ആകൃതിയുടെ കാര്യത്തിലും ഇവയ്ക്കിടയിൽ നല്ല അന്തരമുണ്ട്. പക്ഷേ, എല്ലാ ഗാലക്സികളിലും നക്ഷത്രങ്ങൾ ഗാലക്സികേന്ദ്രത്തിനു ചുറ്റും കറങ്ങുന്നു. ഈ കറക്കത്തിന്റെ കോണീയ വേഗത നമുക്ക് നിരീക്ഷണങ്ങളിൽനിന്ന് കണക്കാക്കിയെടുക്കാം. ഗാലക്സികൾക്ക് വ്യക്തമായ ഒരു അതിർത്തി നിർവചിക്കാൻ ബുദ്ധിമുട്ടാണെങ്കിലും കാഴ്ചയിൽനിന്നും ഫോട്ടോഗ്രാഫുകളിൽനിന്നും ഒരു ഏകദേശ അതിർത്തിരേഖ വരച്ചെടുക്കാം. അതിനു പുറത്തും കുറച്ചു നക്ഷത്രങ്ങൾ ഉണ്ടാകാം. ആ നക്ഷത്രങ്ങളുടെ കോണീയ വേഗത ഗാലക്സീകേന്ദ്രത്തിൽനിന്നുള്ള ദൂരം അനുസരിച്ച് കുറഞ്ഞുവരുമെന്നാണ് ഗുരുത്വനിയമങ്ങൾ അനുസരിച്ച് നാം ധരിക്കേണ്ടത്. ഉദാഹരണത്തിന് സൗരയൂഥത്തിന്റെ കാര്യമെടുക്കുകയാണെങ്കിൽ വ്യാഴം സൂര്യനെ ഒന്നുചുറ്റി വരാൻ ഏതാണ്ട് 12 വർഷമെടുക്കും. കുറച്ചുകൂടി അകലെയുള്ള ശനിയാകട്ടെ 30 വർഷമെടുക്കും. യുറാനസും നെപ്ട്യൂണും ഇതിനേക്കാൾ കാലമെടുക്കും. അതായത് അവയുടെ കോണീയ വേഗത കുറവാണ്. ഗാലക്സിയുടെ ദൃശ്യാതിർത്തിക്കപ്പുറത്തുള്ള നക്ഷത്രങ്ങളുടെ കാര്യത്തിലും ഇതു തന്നെയാണ് ശാസ്ത്രജ്ഞർ പ്രതീക്ഷിച്ചത്. എന്നാൽ വിശദമായ നിരീക്ഷണങ്ങളിൽനിന്ന് മനസിലായത് ഗാലക്സിയിൽനിന്ന് അകലുന്നതനുസരിച്ച് വേഗത ഇത്തരത്തിൽ കുറയുന്നില്ല എന്നതാണ്. നിലവിലുള്ള ഭൗതികശാസ്ത്രതത്ത്വങ്ങൾ അനുസരിച്ച് ഇതിനുള്ള വിശദീകരണം ഇതാണ്; ഗാലക്സിക്ക് നമ്മൾ നൽകുന്ന അതിർത്തിക്കപ്പുറവും ഗുരുത്വാകർഷണബലം ചെലുത്താൻ കഴിവുള്ള ദ്രവ്യം വ്യാപിച്ചുകിടക്കുന്നുണ്ട്.

ഗാലക്സികളുടെ ആപേക്ഷികചലനങ്ങൾ എടുത്താലും അദൃശ്യദ്രവ്യത്തിനു തെളിവുണ്ട്. ഉദാഹരണത്തിന് നമ്മുടെ ഗാലക്സി, ആൻഡ്രോമേഡ ഗാലക്സി തുടങ്ങി രണ്ടു ഡസൻ ഗാലക്സികൾ ഗുരുത്വാകർഷണത്താൽ പരസ്പരം ബന്ധിതമായിരിക്കുന്ന ഒരു 'ചെറിയ' ഗാലക്സിക്കൂട്ടം (galactic cluster) ആണ്. ഇത്തരം കൂട്ടങ്ങളിലെ പരസ്പര ആകർഷണം പരിശോധിച്ചാൽ ഓരോന്നിന്റേയും മൊത്തം ദ്രവ്യമാനത്തെക്കുറിച്ച് ധാരണ ലഭിക്കും. ഇത്തരം കണക്കുകളും നമുക്കു കാണാൻ കഴിയാത്ത ദ്രവ്യത്തിന്റെ സാന്നിദ്ധ്യത്തിലേക്കു വിരൽ ചൂണ്ടുന്നു. ഗാലക്സികളുടെ പരിണാമത്തിൽ ഈ അദൃശ്യദ്രവ്യത്തിന് വലിയ പങ്കുണ്ടാകണം. ഗാലക്സികളുടെയും നക്ഷത്രങ്ങളുടെയും രൂപീകരണം സംബന്ധിച്ച ഏതു സിദ്ധാന്തവും അദൃശ്യദ്രവ്യത്തെ കണക്കിലെടുക്കണം.

അദൃശ്യദ്രവ്യം എന്താവാം? വിവിധ സാധ്യതകൾ ശാസ്ത്രജ്ഞർ പരിശോധിച്ചിട്ടുണ്ട്. ഇവ 'പിറക്കാതെപോയ നക്ഷത്രങ്ങൾ' ആവാം

എന്നതായിരുന്നു ആദ്യം പരിഗണിച്ച സാധ്യതകളിൽ ഒന്ന്. നക്ഷത്ര ജന്മത്തിന്റെ ആദ്യപടികളിലൂടെയെല്ലാം കടന്നുപോകുകയും എന്നാൽ ഒടുവിൽ അണുസംലയനം വഴി ഊർജ്ജം ഉൽപ്പാദിപ്പിക്കാനാവശ്യമായ ദ്രവ്യമാനം ഇല്ലാതെപോയതിനാൽ അദൃശ്യമാകുകയും ചെയ്ത വാതക ഗോളങ്ങൾ അദൃശ്യദ്രവ്യത്തിൽ പെടാം. ജീവിതത്തിന്റെ ശോഭനമായ കാലമെല്ലാം കഴിഞ്ഞ് 'റിട്ടയർ' ചെയ്ത നക്ഷത്രങ്ങളായിരിക്കുമെന്നതാണ് മറ്റൊരു സാധ്യത. ദ്രവ്യമാനം കുറഞ്ഞ നക്ഷത്രങ്ങൾ അണുസംലയനം വഴി ഊർജ്ജം ഉൽപ്പാദിപ്പിക്കാനുള്ള സാധ്യതകളെല്ലാം അടഞ്ഞുകഴിഞ്ഞാൽ ഒടുവിൽ വലിപ്പം വളരെ കുറഞ്ഞ വെള്ളക്കുള്ളന്മാരായി (white dwarf) മാറും. അവ സാവധാനം ശോഭ കുറഞ്ഞു കുറഞ്ഞ് കാഴ്ചയിൽ നിന്ന് മാഞ്ഞുപോകും. ദ്രവ്യമാനം കൂടിയ നക്ഷത്രങ്ങളാണെങ്കിൽ ന്യൂട്രോൺ താരങ്ങളായോ (neutron stars) തമോദ്വാരങ്ങളായോ (black holes) ജീവിതം അവസാനിപ്പിക്കും. ഇവ സാധാരണഗതിയിൽ നമ്മുടെ ദൂരദർശിനികളുടെ കണ്ണിൽ പെടില്ല. തുടക്കക്കാരായ ന്യൂട്രോൺ സ്റ്റാറുകൾ ചില പ്രത്യേക ദിശകളിൽ ഊർജ്ജം പുറത്തുവിട്ടേക്കാം. അത് ഭൂമിയുടെ ദിശയിലാണെങ്കിൽ മാത്രം നമ്മുടെ റേഡിയോ ടെലിസ്കോപ്പുകളിലൂടെ നിരീക്ഷിക്കാം. തമോദ്വാരങ്ങളുടെ കാര്യത്തിൽ അവ മറ്റൊരു നക്ഷത്രത്തിനു സമീപമാണെങ്കിൽ അതിൽനിന്ന് ദ്രവ്യത്തെ ഗുരുത്വാകർഷണം വഴി വലിച്ചെടുക്കാൻ സാധ്യതയുണ്ട്. അങ്ങനെ തമോദ്വാരം വിഴുങ്ങുന്ന ദ്രവ്യത്തിൽ നിന്നുള്ള ഊർജ്ജവികിരണങ്ങളെ എക്സ്-റേ രൂപത്തിലോ ഗാമാ-റേ രൂപത്തിലോ കണ്ടെത്താൻ കഴിയും. മേൽപ്പറഞ്ഞ വിവിധ സാധ്യതകൾക്കു പുറമേ ഗ്രഹങ്ങളുടേയോ, ഗ്രഹസമാനമായ വസ്തുക്കളുടെയോ രൂപത്തിൽ ഗാലക്സികളിൽ ദ്രവ്യമുണ്ടെങ്കിൽ അവ നമ്മുടെ ദൂരദർശിനികളുടെ കണ്ണിൽ പെടണമെന്നില്ല. പക്ഷേ ഈ സാധ്യതകളെല്ലാം കണക്കിലെടുത്താലും അദൃശ്യദ്രവ്യത്തിന്റെ ചെറിയൊരംശത്തെ മാത്രമേ ഇങ്ങനെ വിശദീകരിക്കാൻ കഴിയൂ. പ്രധാനപ്രശ്നം അപ്പോഴും ബാക്കിയാണ്. ഒത്തിരിപ്പേർ തലപുകച്ചുകൊണ്ടിരിക്കുന്ന ഒരു വിഷയമാണിത്.

ക്വാസറുകൾ

ഊർജ്ജം പ്രസരിപ്പിക്കുന്ന നിരക്കുവെച്ചു നോക്കുകയാണെങ്കിൽ ഗാലക്സികളുടേതുപോലെ; എന്നാൽ വലിപ്പം നോക്കുകയാണെങ്കിൽ നക്ഷത്രങ്ങളെപ്പോലെ; ഇത്തരത്തിൽ ശാസ്ത്രജ്ഞരെ അമ്പരപ്പിച്ചു കൊണ്ടിരിക്കുന്ന ഒരു പ്രഹേളികയാണ് ക്വാസറുകൾ. ഇവയിൽ, ആദ്യം തിരിച്ചറിഞ്ഞവയെല്ലാം റേഡിയോതരംഗങ്ങൾ പ്രസരിപ്പിക്കുന്നവയായിരുന്നു. നക്ഷത്രങ്ങളായി തെറ്റിദ്ധരിക്കുന്ന തരത്തിൽ ആയിരുന്നു അവയുടെ വലിപ്പം (കോണളവിൽ). ഇക്കാരണത്താൽ ക്വാസി സ്റ്റെല്ലാർ റേഡിയോ സ്രോതസ്സ് (quasi-stellar radio source) എന്നതിന്റെ ചുരുക്കരൂപമായാണ് ക്വാസർ എന്ന പേര് നൽകപ്പെട്ടത്. ആദ്യം കണ്ടുപിടിച്ചവയൊക്കെ റേഡിയോസ്രോതസ്സുകളായിരുന്നെങ്കിൽ പിന്നീട്

കണ്ടുപിടിച്ചവയിൽ അധികവും അങ്ങനെ അല്ലായിരുന്നു. ഇക്കാരണത്താൽ ക്വാസറുകൾ എന്ന പേര് ഉപേക്ഷിച്ച് ക്യു എസ് ഒ (QSO-quasi stellar object) എന്ന പേരുവിളിക്കണമെന്നു ശഠിക്കുന്നവരുമുണ്ട്. എന്നാൽ ക്വാസർ എന്ന പേരുതന്നെ നമുക്കിവിടെ തുടർന്നും ഉപയോഗിക്കാം.

ആദ്യത്തെ ക്വാസറിനെ കണ്ടെത്തിയത് 1963-ലാണ്. റേഡിയോ സ്രോതസ്സുകളെ സംബന്ധിച്ച മൂന്നാം കേംബ്രിഡ്ജ് സർവ്വേയുടെ കാറ്റലോഗിലെ 273-ാം നമ്പറുകാരനായ 3 സി. 273 (3 C 273) ന്റെ സ്ഥാനം കൃത്യമായി നിർണ്ണയിച്ച് അവിടം ദൃശ്യപ്രകാശം ഉപയോഗിക്കുന്ന ദൂരദർശിനികൊണ്ട് പരിശോധിച്ചപ്പോൾ നക്ഷത്രം പോലുള്ള ഒരു വസ്തുവിനെ കണ്ടെത്തി. അതിന്റെ സ്പെക്ട്രം പരിശോധിച്ച ശാസ്ത്രജ്ഞർ ഞെട്ടിപ്പോയി. നമ്മുടെ ഗാലക്സിയിലെ ഒരു നക്ഷത്രവും കാണിക്കാത്തത്ര ചുവപ്പുനീക്കമാണ് അതു കാണിച്ചത്. വലിയ ചുവപ്പു നീക്കമെന്നാൽ വലിയ വേഗത എന്നാണ് നമ്മുടെ ധാരണ. നമ്മുടെ ഗാലക്സിയിൽനിന്ന് പുറത്തേക്കു പായുന്ന ഒരു നക്ഷത്രമായിരിക്കണം ഇതെന്ന് ടെറെൽ എന്ന ശാസ്ത്രജ്ഞൻ അഭിപ്രായപ്പെട്ടു. കൂടുതൽ ക്വാസറുകൾ കണ്ടുപിടിക്കപ്പെടുകയും അവയെക്കുറിച്ചു പഠനങ്ങൾ നടക്കുകയും ചെയ്തപ്പോൾ ഇത്തരം ചില്ലറ വിശദീകരണങ്ങളൊന്നും മതിയാകുകയില്ല എന്നു മനസ്സിലായി.

ക്വാസറുകളെ കണ്ടെത്തുന്ന കാര്യത്തിൽ 1963-നുശേഷം വലിയ പുരോഗതി ഉണ്ടായിട്ടുണ്ട്. പതിനായിരക്കണക്കിന് ക്വാസറുകളെക്കുറിച്ച് നമുക്കിന്നറിയാം. ക്വാസറുകൾ നല്ല തോതിൽ എക്സ് -റേ വികിരണവും പുറപ്പെടുവിക്കുന്നുണ്ടെന്ന് 1980-കളുടെ ആദ്യം 'ഐൻസ്റ്റൈൻ ഒബ്സർവേറ്ററി' എന്ന കൃത്രിമോപഗ്രഹം വഴിയുള്ള പഠനത്തിൽനിന്ന് വ്യക്തമായിട്ടുണ്ട്.

ക്വാസറുകളിൽ ഒന്നുപോലും നമ്മുടെ ഗാലക്സിയുടെ അടുത്തല്ല. എല്ലാം വളരെ അകലെയാണ് കണ്ടെത്തിയിട്ടുള്ളത്. അവയുടെ ചുവപ്പു നീക്കത്തിനു (redshift) കാരണം വികസിക്കുന്ന പ്രപഞ്ചമാണെന്നു കരുതി കണക്കാക്കിനോക്കിയാൽ ഹബിൾ നിയമമനുസരിച്ച് അവയിലേക്കുള്ള ദൂരം ഭീമമായിരിക്കണം. ക്വാസറുകളിൽനിന്നുള്ള ഊർജ്ജം അത്രയധികം ദൂരം താണ്ടി ഇവിടെ എത്തണമെങ്കിൽ വളരെ വർഷങ്ങൾക്കു മുൻപ് അവിടെനിന്നു പുറപ്പെട്ടിട്ടുണ്ടാകണം. ഇത് ശതകോടിക്കണക്കിനു വർഷങ്ങളാകാം. ക്വാസറുകളെ നിരീക്ഷിക്കുമ്പോൾ നമ്മൾ ഭൂതകാലത്തിന്റെ ആഴങ്ങളിലേക്കാണ് നോക്കുന്നത്. സമീപസ്ഥലത്ത് അതായത് സമീപഭൂതകാലത്ത്-ക്വാസറുകളേ ഇല്ല എന്നതിന്റെ അർത്ഥം അത് ഭൂതകാലത്ത് ഉണ്ടായിരുന്നതും ഇപ്പോൾ ഇല്ലാത്തതും ആണ് എന്നായിരിക്കുമോ? ക്വാസറുകൾ ശരിക്കും വളരെ അകലെയാണെങ്കിൽ അവ പുറത്തുവിടുന്ന ഭീമമായ ഊർജ്ജത്തിന്റെ സഹായത്തോടെ മാത്രമേ നമുക്കവയെ കാണാൻ കഴിയുകയുള്ളൂ. സാധാരണഗതിയിൽ ഒരു ഗാലക്സിയിലെ പതിനായിരക്കണക്കിന് കോടി നക്ഷത്രങ്ങൾ

ചേർന്നു പുറത്തുവിടുന്ന ഊർജ്ജവുമായി താരതമ്യം ചെയ്യാവുന്നത്ര ഭീമമായിരിക്കണം ഈ ഊർജ്ജത്തിന്റെ അളവ്. ഈ ഊർജ്ജ പ്രസരണത്തിന് ഇടയ്ക്കിടെ ഏറ്റക്കുറച്ചിലുകളും ഉണ്ടാകുന്നുണ്ട്. ഒരു ഗാലക്സിയിലേതുപോലെ വിശാലമായ സ്ഥലത്തുനിന്നുള്ള ഊർജ്ജത്തിന് ഇത്തരം വ്യതിയാനം ഉണ്ടാകില്ല. ഒറ്റപ്പെട്ട നക്ഷത്രങ്ങളുടെ ഊർജ്ജത്തിൽ വ്യതിയാനം ഉണ്ടാകാം പക്ഷേ കുറേ എണ്ണത്തിന്റെ ഊർജ്ജം ചേർത്തുകിട്ടുന്ന ആകെ ഊർജ്ജത്തിൽ വൻമാറ്റങ്ങൾ പ്രതീക്ഷിക്കുന്നില്ല. അങ്ങനെ സംഭവിക്കണമെങ്കിൽ എല്ലാ നക്ഷത്രങ്ങളും കൂടി മുൻകൂട്ടി പ്ലാൻ ചെയ്തപോലെ ഒരുമിച്ചു മങ്ങുകയും തിളങ്ങുകയും ചെയ്യണം. അതു സാദ്ധ്യമല്ലെന്നു കരുതിയാൽ ക്വാസറുകൾ സാധാരണ ഗാലക്സികളെ അപേക്ഷിച്ചു വളരെ ചെറുതായിരിക്കണം. അങ്ങനെയെങ്കിൽ ഇവയിൽ നിന്ന് ഇത്രയധികം ഊർജ്ജം വരുന്നതെങ്ങനെ?

ഒത്തിരി ചോദ്യങ്ങളാണ് ക്വാസറുകൾ ഉയർത്തുന്നത്. ഉയർന്ന ചുവപ്പുനീക്കം സൂചിപ്പിക്കുന്നതുപോലെ അവ ശരിക്കും അപാരമായ അകലങ്ങളിലാണോ? നമ്മുടെ സമീപദൂരങ്ങളിൽ-അതായത് സമീപഭൂത കാലങ്ങളിൽ-കാണാത്ത അവ ഭൂതകാലത്ത് മാത്രം നിലനിന്നിരുന്നതാണോ? അങ്ങനെയെങ്കിൽ അവയ്ക്ക് പിന്നീട് എന്തു സംഭവിച്ചു? ക്വാസറുകൾ എന്ന്, എങ്ങനെ ഉണ്ടായി? എങ്ങനെയാണ് അവ ഭീമമായ ഊർജം ഉൽപ്പാദിപ്പിക്കുന്നത്. അവ ദൂരെയുള്ള വൻഗാലക്സികളുടെ പ്രക്ഷുബ്ധമായ കേന്ദ്രഭാഗമായിരിക്കുമോ? അവയുടെ പ്രഭയിൽ ഗാലക്സിയുടെ മറ്റുഭാഗങ്ങൾ ശ്രദ്ധയിൽ പെടാത്തതാണോ? ക്വാസറുകളുടെ കേന്ദ്രങ്ങളിൽ വൻതമോദ്വാരങ്ങൾ കുടികൊള്ളുന്നുണ്ടോ? ചോദ്യങ്ങളുടെ നിര നീണ്ടുകിടക്കുകയാണ്.

ന്യൂട്രിനോ

ശാസ്ത്രജ്ഞരുമായി ഏറ്റവുമധികം ഒളിച്ചുകളിനടത്തിയിട്ടുള്ള കണങ്ങളാണ് ന്യൂട്രിനോകൾ. വൈദ്യുതചാർജ്ജില്ലാത്ത ചെറുകണങ്ങളാണ് ന്യൂട്രിനോകൾ. ഇന്നത്തെ അറിവുവെച്ച് ഇവ ഇലക്ട്രോണുകളെപ്പോലെ മൗലികകണങ്ങളുമാണ്. ദ്രവ്യമാനത്തിന്റെ കാര്യത്തിൽ ഇവ പക്ഷേ ഇലക്ട്രോണുകളേക്കാൾ വളരെ താഴെയാണ്. ഇവയുടെ ദ്രവ്യമാനം പൂജ്യമാണെന്നു വരെ സംശയമുണ്ടായിരുന്നു. അങ്ങനെയെങ്കിൽ അവ പ്രകാശവേഗതയിൽ സഞ്ചരിക്കുകയായിരിക്കണം. ഇപ്പോഴത്തെ കണക്കനുസരിച്ച് ഇവയ്ക്ക് ചെറിയ ദ്രവ്യമാനം ഉണ്ട്; കൃത്യമായി അറിയില്ല. ഇവ ഒന്നിനോടും തന്നെ പ്രതിപ്രവർത്തിക്കില്ല എന്നതിനാൽ പ്രപഞ്ചത്തിന്റെ ആദ്യകാലത്ത് സൃഷ്ടിക്കപ്പെട്ട ന്യൂട്രിനോകൾ ഇപ്പോഴും പ്രകാശത്തോടടുത്ത വേഗതയിൽ തലങ്ങും വിലങ്ങും സഞ്ചരിച്ചുകൊണ്ടിരിക്കുന്നുണ്ടാവണം. ന്യൂട്രിനോകൾ യാതൊരുവിധ ദ്രവ്യവുമായും കാര്യമായി പ്രതിപ്രവർത്തിക്കാത്തതിനാൽ എന്തിനേയും തുളച്ചുപോകും. ഗ്രഹങ്ങളും നക്ഷത്രങ്ങളുമെല്ലാം ന്യൂട്രിനോകളെ സംബന്ധിച്ചിടത്തോളം അക്ഷരാർത്ഥത്തിൽത്തന്നെ സുതാര്യമാണ്. മഹാസ്ഫോടനസിദ്ധാന്ത

ത്തിന്റെ അടിസ്ഥാന ആശയങ്ങൾ ശരിയാണെങ്കിൽ പ്രപഞ്ചത്തിന്റെ ഓരോ ഘനസെന്റിമീറ്ററിലും 150 ന്യൂട്രിനോകൾ വീതം ഉണ്ടാകണം. അവ പ്രകാശവേഗതയോടടുത്ത വേഗതയിൽ സർവ്വതിനേയും കടന്ന് പാഞ്ഞുകൊണ്ടിരിക്കുകയായിരിക്കും. എല്ലാ ദിക്കിൽനിന്നും ഒരുപോലെ യായിരിക്കണം അവയുടെ പ്രയാണം. അവയെ കണ്ടെത്താൻ കഴിഞ്ഞാൽ അത് മഹാസ്ഫോടനസിദ്ധാന്തത്തിന് വലിയ അംഗീകാരം നൽകും. അത്തരത്തിൽ ന്യൂട്രിനോകൾ ഇല്ലെന്നു സ്ഥാപിച്ചാലോ ഈ സിദ്ധാന്തം വലിയ ഒരു പ്രതിസന്ധിയെ അഭിമുഖീകരിക്കും.

പക്ഷേ ഇക്കാര്യം പരിശോധിക്കാനുള്ള ഒരു വഴിയും സമീപ ഭാവിയിൽ കാണുന്നില്ല. ഒന്നാമതായി ഭൂമിയെയും സൂര്യനെയുമൊക്കെ നിസ്സാരമായി തുളച്ചുകയറിപ്പോകുന്ന ന്യൂട്രിനോകളെ സാധാരണ നിരീക്ഷണോപാധികൾകൊണ്ടൊന്നും എളുപ്പം മനസ്സിലാക്കാൻ സാധി ക്കില്ല. രണ്ടാമതായി സൂര്യനിൽനിന്നും മറ്റും വരുന്ന ന്യൂട്രിനോകളെ അപേക്ഷിച്ച് പ്രപഞ്ചസൃഷ്ടിയിലുണ്ടായ പ്രാക് ന്യൂട്രിനോകളുടെ സാന്ദ്രത വളരെ വളരെ കുറവാണ്.

ഏതായാലും പ്രത്യേകതരം ന്യൂട്രിനോ നിരീക്ഷണനിലയങ്ങൾ ലോകത്തിന്റെ വിവിധ ഭാഗങ്ങളിൽ പ്രവർത്തനസജ്ജമായിട്ടുണ്ട്. ജപ്പാനിലെ സൂപ്പർകാമിയോക്കൊണ്ടെ ഒബ്സർവേറ്ററി ഇതിൽ എടുത്തുപറയേണ്ട ഒന്നാണ്. 1987-ലെ പ്രസിദ്ധ സൂപ്പർനോവ (സൂപ്പർ നോവ-1987 എ) ദൃശ്യമായപ്പോൾ അതിൽനിന്നു വരുന്ന ന്യൂട്രിനോക ളെയും ഈ ഒബ്സർവേറ്ററി കണ്ടെത്തിയിരുന്നു. ന്യൂട്രിനോ അസ്ട്രോ ണമി എന്ന പുതിയ സങ്കൽപ്പത്തിനുതന്നെ ഇതു തുടക്കമിട്ടു. അന്റാർട്ടി ക്കയിലെ കൂറ്റൻ മഞ്ഞുകട്ടകൾ ഉപയോഗിച്ച് ഒരു ന്യൂട്രിനോ നിരീക്ഷണ നിലയം നിർമ്മിക്കപ്പെട്ടുകൊണ്ടിരിക്കുന്നു. ഇന്ത്യൻ ശാസ്ത്രജ്ഞരും ഒരു ന്യൂട്രിനോ ഒബ്സർവേറ്ററിയുടെ പണിപ്പുരയിലാണ്. പ്രപഞ്ചത്തിന്റെ സൃഷ്ടികാലത്തുണ്ടായ ന്യൂട്രിനോകളെ ഇവർ ആരെങ്കിലും കണ്ടെ ത്തുമോ എന്നത് കാത്തിരുന്നു കാണണം.

അദൃശ്യ ഊർജ്ജം (ഇരുണ്ട ഊർജ്ജം, dark energy)

അദൃശ്യ ഊർജ്ജമെന്ന [illegible] യഥാർത്ഥത്തിൽ ഇത് എന്താണെന്ന് നമുക്കിന്ന് വ്യക്തമായി അറിയില്ല. ഇതിന്റെ കഥ ആരംഭിക്കുന്നത് 1998-ലാണ്. പ്രപഞ്ചത്തിന്റെ വികാ സനിരക്ക് കണ്ടുപിടിക്കാൻ ജ്യോതിശ്ശാസ്ത്രജ്ഞരുടെ രണ്ടു സംഘങ്ങൾ ശ്രമിച്ചുവരികയായിരുന്നു. ഭൂമിയിൽനിന്ന് മുകളിലേക്ക് എറിയപ്പെട്ട ഒരു കല്ലിന്റെ വേഗത ഭൂമിയുടെ ആകർഷണത്താൽ കുറഞ്ഞുവരും. സമാന മായ ഒരു വാദഗതി ഉപയോഗിച്ചാൽ പരസ്പരം അകന്നുകൊണ്ടിരിക്കുന്ന ഗാലക്സികളുടെ കാര്യത്തിൽ ആകർഷണ ബലം നിമിത്തം വേഗത കുറഞ്ഞുവരണം. ഇതിന്റെ നിരക്ക് കണ്ടുപിടിക്കുകയായിരുന്നു ശാസ്ത്ര ജ്ഞസംഘങ്ങളുടെ ലക്ഷ്യം. ഇതറിയണമെങ്കിൽ ഭൂതകാലത്തിന്റെ വിവിധ ഘട്ടങ്ങളെടുത്ത് ഗാലക്സികൾ തമ്മിൽ അകലുന്നതിന്റെ നിരക്ക്

കണ്ടുപിടിക്കണം. പ്രകാശം (മറ്റു വിദ്യുത്കാന്തിക തരംഗങ്ങളും) സഞ്ചരിക്കുന്നത് ഒരു നിശ്ചിതവേഗതയിലാണ്. അതിനാൽ നാം ദൂരദർശിനികളിലൂടെ ഗാലക്സികളെ നിരീക്ഷിക്കുമ്പോൾ ഭൂതകാലക്കാഴ്ചകളാണ് കാണുന്നത്. ഒരു ഗാലക്സി എത്ര അകലെയാണോ ആ അകലത്തെ പ്രകാശവേഗതകൊണ്ട് ഹരിച്ചാൽ കിട്ടുന്ന സമയം എത്രയോ അത്രയും കാലം മുമ്പേ അവിടെനിന്നു വരുന്ന പ്രകാശമാണ് നാം കാണുന്നത്. അതായത് ദൂരം കണക്കാക്കിയാൽ സമയവും കണക്കാക്കാം. നക്ഷത്രങ്ങളുടെയും ഗാലക്സിയുടെയുമൊക്കെ പ്രകാശം ദൂരം കൂടുന്നതനുസരിച്ച് കുറഞ്ഞുവരും. അപ്പോൾ ഇവിടെ കിട്ടുന്ന പ്രകാശത്തിന്റെ അളവ് ഉപയോഗിച്ച് ദൂരം കണക്കാക്കി നോക്കാം. അതിന് ആ നക്ഷത്രത്തിന്റെ, അല്ലെങ്കിൽ ഗാലക്സിയുടെ യഥാർത്ഥ ശോഭ അറിയാൻ കഴിയണം. ഇവിടെയാണ് പ്രശ്നം. നക്ഷത്രങ്ങളും ഗാലക്സികളും എത്രയോ തരമുണ്ട്. ഈ വിഷമം പിടിച്ച പ്രശ്നത്തിന് ശാസ്ത്രജ്ഞർ സുന്ദരമായ ഒരു പരിഹാരം കണ്ടെത്തിയിരിക്കുന്നു. ഒരു പ്രത്യേകതരം സൂപ്പർ നോവകളെ നിരീക്ഷിക്കുക എന്നതാണ് ഇത്.

സൂപ്പർനോവ ടൈപ്പ് ഒന്ന് - എ (supernova type 1A) എന്നാണ് ഇവയെ വിളിക്കുക. ഒരു വെള്ളക്കുള്ളൻ താരത്തെ മറ്റൊരു ചെറു നക്ഷത്രം വലംവെക്കുന്നുവെന്നു വിചാരിക്കുക. ഇവ തമ്മിലുള്ള ദൂരം വളരെ കുറവാണെങ്കിൽ നക്ഷത്രത്തിൽനിന്ന് വെള്ളക്കുള്ളനിലേക്ക് ദ്രവ്യം ഒഴുകിക്കൊണ്ടിരിക്കാൻ സാധ്യതയുണ്ട്. വെള്ളക്കുള്ളൻ താരത്തിന്റെ ഗുരുത്വാകർഷമാണ് ഇതിനുകാരണം. അപ്രകാരം വെള്ളക്കുള്ളന്റെ ദ്രവ്യമാനം ഉയർന്നുകൊണ്ടിരിക്കും. പക്ഷേ, വെള്ളക്കുള്ളന്റെ ദ്രവ്യമാനത്തിന് ഒരു ഉയർന്ന പരിധിയുണ്ടെന്ന് ഒരു ഇന്ത്യൻ യുവാവ് 1930-കളിൽ കണ്ടെത്തിയിരുന്നു. അയാളാണ് പിന്നീട് നോബൽ പുരസ്കാര ജേതാവായ സുബ്രഹ്മണ്യം ചന്ദ്രശേഖർ. ഈ ഉയർന്ന പരിധിയെ ചന്ദ്രശേഖർ സീമ എന്നു പറയുന്നു. ദ്രവ്യമാനം ചന്ദ്രശേഖർസീമയോട് അടുക്കുന്തോറും നക്ഷത്രം അസന്തുലിതമാകുകയും ഒരു സൂപ്പർനോവയായി പൊട്ടിത്തകരുകയും ചെയ്യും. ആ സന്ദർഭത്തിൽ ഭീമമായ ഊർജ്ജമാണ് അത് പുറത്തുവിടുക. നമ്മുടെ സൂര്യൻ അതിന്റെ മുഴുവൻ ജീവിതകാലത്തുമായി പുറത്തുവിടുന്നതിനു സമാനമായ അളവിലുള്ള ഊർജ്ജം ഈ സൂപ്പർ നോവയിലൂടെ ചുരുങ്ങിയ സമയംകൊണ്ട് പുറത്തുവരും. ഒരു സൂപ്പർ നോവയുടെ പ്രകാശം ഒരു ഗാലക്സിയെപ്പോലും നിസ്സാരമാക്കാൻ പോന്നതായിരിക്കും. അതിനാൽത്തന്നെ വളരെ അകലെയാണ് സൂപ്പർനോവ ഉണ്ടാകുന്നതെങ്കിൽപോലും നമ്മുടെ ദൂരദർശിനികൾക്ക് അത് ദൃശ്യമാകും. രണ്ടാമതായി, സൂപ്പർനോവ നടക്കുമ്പോൾ അതിന്റെ ദ്രവ്യമാനം ചന്ദ്രശേഖർ സീമയോടടുത്തായിരിക്കും എന്നതുകൊണ്ട് അതിന്റെ യഥാർത്ഥശോഭ അറിയാനും അതു വഴി ദൂരം കണക്കാക്കാനും നമുക്കു കഴിയും.

മേൽപ്പറഞ്ഞ രീതിയിലുള്ള സൂപ്പർനോവകളെ നിരീക്ഷിക്കുക എളു

പ്പമല്ല. കാരണം ഒരു ഗാലക്സിയെ സംബന്ധിച്ചിടത്തോളം ഈ ഇനത്തിൽപ്പെട്ട ഒരു സൂപ്പർനോവ വളരെ അപൂർവ്വമായി മാത്രം നടക്കുന്ന സംഗതിയാണ്. പക്ഷേ ഗാലക്സികൾ പ്രപഞ്ചത്തിൽ ദൃശ്യപരിധിക്കുള്ളിൽ വളരെയധികം ഉള്ളതുകൊണ്ടും നമുക്ക് സമർത്ഥമായ നിരീക്ഷണ രീതികൾ ഉള്ളതുകൊണ്ടും കുറേ സൂപ്പർനോവകളെ നിരീക്ഷിക്കാൻ കഴിഞ്ഞിട്ടുണ്ട്. ഇത്തരത്തിൽ ഗാലക്സികളിൽ സൂപ്പർനോവകൾ കണ്ടെത്തി അവയിലേക്കുള്ള ദൂരം കണക്കാക്കി പ്രപഞ്ചത്തിന്റെ വികാസനിരക്കിലുള്ള മാറ്റം പരിശോധിച്ച ശാസ്ത്രജ്ഞന്മാർ മറ്റുള്ളവരെയൊക്കെ ഞെട്ടിക്കുന്ന വിവരമാണ് പുറത്തുവിട്ടത്. പ്രപഞ്ചത്തിന്റെ വികാസ നിരക്ക് കുറയുന്നതിനു പകരം കൂടുകയാണത്രേ! അതായത് വളരെ ദൂരത്തിലുള്ള ഗാലക്സികൾ തമ്മിലുള്ള ഗുരുത്വാകർഷണത്തേക്കാൾ ശക്തമായ എന്തോ ഒന്ന് അവയെ തമ്മിൽ കൂടുതൽ ഉയർന്ന നിരക്കിൽ അകറ്റിക്കൊണ്ടിരിക്കുന്നു. അതായത് ദൂരെയുള്ള ഗാലക്സികൾ പരസ്പരം വികർഷിക്കുന്നു. ഇതു വിശദീകരിക്കാനായാണ് ഇരുണ്ട ഊർജ്ജം എന്ന ആശയം അവതരിപ്പിക്കപ്പെട്ടത്. ചിക്കാഗോ സർവകലാശാലയിലെ ശാസ്ത്രജ്ഞനായ മൈക്കേൽ ടർണർ ആണ് ഇരുണ്ട ഊർജ്ജം (dark energy) എന്ന പദപ്രയോഗം ആദ്യം നടത്തിയത്. എന്താണ് ഈ ഇരുണ്ട ഊർജ്ജം? ഗുരുത്വാകർഷണത്തെ സംബന്ധിച്ച ആൽബെർട്ട് ഐൻസ്റ്റൈന്റെ സമവാക്യത്തിൽ ചെറിയ ഭേദഗതി വരുത്തിയാൽ ഇതിന് ഒരു അസ്തിത്വം നൽകാം. തന്റെ സമവാക്യങ്ങൾ ചലിച്ചുകൊണ്ടിരിക്കുന്ന ഒരു പ്രപഞ്ചത്തെ കാണിച്ചുതന്നപ്പോൾ മറിച്ചു വിശ്വസിക്കാനുള്ള വ്യഗ്രതയിൽ കോസ്മിക് സ്ഥിരാങ്കം എന്ന ഒരു ആശയം ഐൻസ്റ്റൈൻ അവതരിപ്പിച്ചിരുന്നു. പിന്നീട് പ്രപഞ്ചം വികസിച്ചുകൊണ്ടിരിക്കുകയാണെന്നു തെളിയിക്കപ്പെട്ടപ്പോൾ, ഐൻസ്റ്റൈൻ തനിക്കു പറ്റിയ അമളി എന്നു പറഞ്ഞ് കോസ്മിക് സ്ഥിരാങ്കത്തെ തന്റെ സമവാക്യത്തിൽ നിന്ന് പിൻവലിച്ചു. ഐൻസ്റ്റൈന്റെ സ്ഥിരാങ്കത്തെ വീണ്ടും ആ സമവാക്യത്തിൽ ചേർത്താൽ ഇരുണ്ട ദ്രവ്യത്തെ വിശദീകരിക്കാൻ ഒരുപക്ഷേ കഴിഞ്ഞേക്കും. അതിനു മുൻപായി ഈ ഇരുണ്ട ഊർജ്ജത്തെ സംബന്ധിച്ച് ധാരാളം വിവരങ്ങൾ ശേഖരിക്കപ്പെടുന്നു.

ഇപ്പോഴത്തെ കണക്കനുസരിച്ച് പ്രപഞ്ചത്തിന്റെ 70 ശതമാനവും ഇരുണ്ട ഊർജ്ജം (dark energy) ആണ്. ബാക്കിയുള്ളതിൽ 25 ശതമാനം ഇരുണ്ട ദ്രവ്യം (dark matter) എന്ന ഇനത്തിൽപ്പെട്ട ദ്രവ്യമാണ്. ചുരുക്കിപ്പറഞ്ഞാൽ പ്രപഞ്ചത്തിന്റെ 95 ശതമാനം നമുക്ക് അജ്ഞാതമായ ദ്രവ്യം അഥവാ ഊർജ്ജം കൊണ്ട് നിർമ്മിക്കപ്പെട്ടിരിക്കുന്നു. 5 ശതമാനമാണ് നമുക്ക് അറിയാവുന്ന ദ്രവ്യം. അറിഞ്ഞതിനേക്കാൾ എത്രയോ അധികമാണ് അറിയാത്തത്!

*

പദപരിചയം

അണുസംലയനം (nuclear fusion)

ദ്രവ്യമാനം കുറഞ്ഞ അണുകേന്ദ്രങ്ങൾ ചേർന്ന് ദ്രവ്യമാനം കൂടിയ അണുകേന്ദ്രങ്ങൾ ഉണ്ടാകുന്നതാണ് അണുസംലയനം. സൂര്യനിൽ ഹൈഡ്രജൻ അണുകേന്ദ്രങ്ങൾ ചേർന്ന് ഹീലിയം അണുകേന്ദ്രങ്ങൾ ഉണ്ടാകുന്നത് ഇതിന് ഉദാഹരണമാണ്. ഇതിനിടയിൽ ബാക്കിയാകുന്ന കുറച്ചു ദ്രവ്യം (ഒരു ശതമാനത്തിൽ താഴെ) ഊർജ്ജമായി മാറുന്നതാണ് സൂര്യന്റെ ഊർജ്ജരഹസ്യം. ദ്രവ്യമാനം കുറഞ്ഞ നക്ഷത്രങ്ങളിൽ ഹൈഡ്രജൻ ആവശ്യത്തിനു തികയാതെ വരുന്നതോടെ ഊർജ്ജോൽപ്പാദനം നിലയ്ക്കും. ദ്രവ്യമാനം കൂടിയ നക്ഷത്രങ്ങളിൽ ഹീലിയം അണുകേന്ദ്രങ്ങൾ ചേർന്ന് കാർബൺ, ഓക്സിജൻ തുടങ്ങി ഇരുമ്പുവരെയുള്ള മൂലകങ്ങൾ അണുസംലയനം വഴി സൃഷ്ടിക്കപ്പെടുകയും ഊർജ്ജോൽപ്പാദനം നടക്കുകയും ചെയ്യും. ആവർത്തനപ്പട്ടികയിൽ ഇരുമ്പിനുശേഷം വരുന്ന മൂലകങ്ങൾ (സ്വർണ്ണം, യുറേനിയം തുടങ്ങിയവ ഉദാഹരണങ്ങൾ) ന്യൂക്ലിയർ സംലയനം വഴി സൃഷ്ടിക്കപ്പെടുന്നതിന് ഊർജ്ജം ആവശ്യമായിവരും. ചില നക്ഷത്രങ്ങളിൽ വൻപൊട്ടിത്തെറികൾ (സൂപ്പർനോവ) ഉണ്ടാകുമ്പോൾ ഇതു സംഭവിക്കാറുണ്ട്. നാം ചുറ്റും കാണുന്ന വസ്തുക്കളിലെ ഹൈഡ്രജൻ ഒഴികെയുള്ള മൂലകങ്ങൾ ഇപ്രകാരം അണുസംലയനം വഴി സൃഷ്ടിക്കപ്പെട്ടവയാണ്.

ഇരുണ്ട ഊർജ്ജം (dark energy)

വികസിച്ചുകൊണ്ടിരിക്കുന്ന പ്രപഞ്ചത്തിന്റെ വികാസത്തിന്റെ നിരക്ക് വിശദീകരിക്കാൻ അടുത്തകാലത്ത് കൊണ്ടുവന്ന ഒരു ആശയമാണ് അദൃശ്യ ഊർജ്ജം അഥവാ ഇരുണ്ട ഊർജ്ജം (dark energy). പ്രപഞ്ചത്തിലെ എണ്ണമറ്റ ഗാലക്സികൾ പരസ്പരം അകന്നുകൊണ്ടിരിക്കു

ന്നുവെന്ന് നമുക്കറിയാം. അവ തമ്മിൽ ഗുരുത്വാകർഷണബലം ഉണ്ടെന്ന തും നമുക്കറിയാം. അങ്ങനെയെങ്കിൽ അവ അകലുന്നതിന്റെ വേഗത ക്രമേണ കുറഞ്ഞു വരണമല്ലോ? പക്ഷേ വിശദമായ നിരീക്ഷണങ്ങൾ അനുസരിച്ച് ഇതിന്റെ നേർവിപരീതമാണ് സംഭവിക്കുന്നത്. ഗാലക്സിക ളുടെ അകൽച്ചയുടെ വേഗത കൂടിവരികയാണ്. നമുക്ക് ഇനിയും മന സ്സിലാക്കാൻ കഴിഞ്ഞിട്ടില്ലാത്ത ഏതോ ഊർജ്ജം അകലെയുള്ള ഗാലക്സികളെ കൂടുതൽ അകലേക്കു പായിക്കുന്നുണ്ട്. ഈ 'ഊർജ്ജ' ത്തിനാണ് ഇരുണ്ട ഊർജ്ജം (dark energy) എന്നു പറയുന്നത്.

ഇരുണ്ട ദ്രവ്യം (dark matter)

ഇരുണ്ട ദ്രവ്യം, അദൃശ്യദ്രവ്യം എന്നൊക്കെ വിളിക്കപ്പെടുന്ന ഈ ദ്രവ്യം യഥാർത്ഥത്തിൽ എന്താണെന്ന് ഇനിയും വ്യക്തമല്ല. ഗ്രഹങ്ങളി ലും നക്ഷത്രങ്ങളിലുമൊക്കെയായി നാം കണ്ടെത്തിയിട്ടുള്ള ദ്രവ്യത്തിന്റെ പലമടങ്ങുവരും ഇരുണ്ടദ്രവ്യം. ഈ ദ്രവ്യം ചെലുത്തുന്ന ഗുരുത്വബല ത്തിൽ നിന്നാണ് ഇതിന്റെ സാന്നിധ്യം നമുക്ക് ബോധ്യമായിട്ടുള്ളത്. ഈ ദ്രവ്യം ഏതെങ്കിലും തരത്തിലുള്ള വിദ്യുത്കാന്തികതരംഗങ്ങൾ പുറപ്പെടു വിക്കുന്നതായോ പ്രതിഫലിപ്പിക്കുന്നതായോ കണ്ടെത്തിയിട്ടില്ല. അതി നാലാണ് ഇരുണ്ടദ്രവ്യമെന്നും അദൃശ്യദ്രവ്യമെന്നും ഇതിനു പേരു കിട്ടിയത്. ന്യൂട്രിനോകളോ തമോദ്വാരങ്ങളോ ഇനിയും കണ്ടെത്താൻ കഴിഞ്ഞിട്ടില്ലാത്ത ഏതെങ്കിലും കണങ്ങളോ ആവാം ഇത്. ഇതിനെ സംബന്ധിച്ച് ധാരാളം സിദ്ധാന്തങ്ങൾ ഉണ്ടെങ്കിലും ഇക്കാര്യത്തിൽ അവസാനവാക്ക് ഇനിയും പറഞ്ഞു കഴിഞ്ഞിട്ടില്ല.

ഏകീകൃത ഫീൽഡ് സിദ്ധാന്തം (unified field theory)

പ്രകൃതിയിലെ അടിസ്ഥാനബലങ്ങളാണ് വിദ്യുത്കാന്തികബലം, രണ്ടിനം ന്യൂക്ലിയർ ബലങ്ങൾ, ഗുരുത്വാകർഷണബലം എന്നിവ. ഇവയെ ഏകീകരിക്കുക എന്നത് കുറച്ചുകാലമായി ഭൗതികശാസ്ത്രജ്ഞരുടെ സ്വപ്നപദ്ധതിയാണ്. വൈദ്യുതിയെയും കാന്തികതയെയും സംബന്ധിച്ച നിയമങ്ങൾ എല്ലാം സംയോജിപ്പിച്ചാണ് വിദ്യുത്കാന്തികബലം എന്ന സങ്കൽപ്പം രൂപപ്പെട്ടത്. അതിന്റെകൂടെ ഗുരുത്വാകർഷണ ബലത്തെക്കൂടി യോജിപ്പിച്ച് ഒരൊറ്റ സിദ്ധാന്തം ഉണ്ടാക്കാൻ ആൽബെർട്ട് ഐൻസ്റ്റൈൻ കാൽനൂറ്റാണ്ടുകാലം പരിശ്രമിച്ചെങ്കിലും പരാജയപ്പെടുകയാണു ണ്ടായത്. എന്നാൽ വിദ്യുത്കാന്തിക ബലത്തെയും ന്യൂക്ലിയർ ബലങ്ങ ളിൽ ദുർബ്ബലമായതിനെയും സംയോജിപ്പിക്കുന്നതിൽ ഭൗതികശാസ്ത്ര ജ്ഞർ വിജയിച്ചിട്ടുണ്ട്. ഇത് ഏകീകൃത ഫീൽഡ് സിദ്ധാന്തം എന്നറിയ പ്പെടുന്നു. ഇതിന്റെ പേരിൽ പാക്കിസ്ഥാൻകാരനായ അബ്ദസ് സലാം, അമേരിക്കക്കാരനായ ഷെൽഡൺ ഗ്ലാഷോ, സ്റ്റീവൻ വെയ്ൻബെർഗ് എന്നിവർക്ക് 1979-ലെ നോബൽ പുരസ്കാരം നൽകപ്പെട്ടു. ഇവരുടെ സിദ്ധാന്തപ്രകാരം പ്രവചിക്കപ്പെട്ട മൂന്നിനം കണങ്ങളെ (W^+, W^-, Z^o) കണ്ടെത്തുന്നതിൽ കാര്യമായ പങ്കുവഹിച്ചതിന്റെ പേരിൽ 1984-ൽ

കാർലോ റബ്ബിയ, വാൻ ഡെർമീർ എന്നിവർക്ക് നോബൽ പുരസ്കാരം ലഭിച്ചു. ഏകീകൃത ഫീൽഡ് സിദ്ധാന്തത്തിന്റെ വിശദാംശങ്ങളെ സംബന്ധിച്ച് ശ്രദ്ധേയമായ കണ്ടെത്തലുകൾ നടത്തിയ വെൽറ്റ്മാൻ, ടൂഫ്റ്റ് എന്നിവർക്ക് 1999-ലെ നോബൽ സമ്മാനവും ലഭിച്ചു.

ഐസോടോപ്പുകൾ (isotopes)

പ്രോട്ടോണുകളുടെ എണ്ണം തുല്യവും ന്യൂട്രോണുകളുടെ എണ്ണം വ്യത്യസ്തവും ആയ അണുകേന്ദ്രങ്ങളുള്ള മൂലകങ്ങളാണ് ഐസോടോപ്പുകൾ. പ്രോട്ടോണുകളുടെ എണ്ണമാണ് മൂലകങ്ങളുടെ ആവർത്തന പട്ടികയിലെ സ്ഥാനം നിർണ്ണയിക്കുന്നത് എന്നതിനാൽ ഇവ ഒരേ മൂലകത്തിന്റെ വിവിധരൂപങ്ങളായി പരിഗണിക്കപ്പെടുന്നു. രാസപ്രവർത്തനങ്ങളിൽ ഏർപ്പെടാനും സംയുക്തങ്ങളുണ്ടാക്കാനുമുള്ള കഴിവിൽ ഐസോടോപ്പുകൾ സമാനമാണ്. സാധാരണ ഹൈഡ്രജൻ, ഡ്യൂട്ടീറിയം, ട്രിറ്റിയം എന്നിവയെല്ലാം ഒരു പ്രോട്ടോൺ വീതം സ്വന്തമായുള്ള ഐസോടോപ്പുകളാണ്. സാധാരണ ഹൈഡ്രജനിൽ ന്യൂട്രോണുകളില്ല. ഡ്യൂട്ടീറിയത്തിലും ട്രിറ്റിയത്തിലും യഥാക്രമം ഒന്നും രണ്ടും ന്യൂട്രോണുകളുണ്ട്. കാർബൺ-12 ഉം കാർബൺ 14-ഉം കാർബണിന്റെ ഐസോടോപ്പുകളാണ്. രണ്ടിലും പ്രോട്ടോൺ ആറുവീതം. ന്യൂട്രോൺ യഥാക്രമം 6-ഉം 8-ഉം. ന്യൂട്രോണുകളുടേയും പ്രോട്ടോണുകളുടേയും എണ്ണം ചേർത്താൽ കിട്ടുന്ന മാസ്സ് നമ്പർ (mass number) വഴിയാണ് വിവിധ ഐസോടോപ്പുകളെ സൂചിപ്പിക്കുക.

കാന്തിമാനം (magnitude)

നക്ഷത്രം, ഗാലക്സി തുടങ്ങിയ ഖഗോള വസ്തുക്കളുടെ ശോഭ രേഖപ്പെടുത്തുന്ന ഒരു മാനകം ആണ് കാന്തിമാനം. ഇത് പല തരത്തിലുണ്ട്. ദൃശ്യകാന്തിമാനം (visual magnitude), കേവലകാന്തിമാനം (absolute magnitude) എന്നിവയാണ് ഇതിൽ പ്രധാനം. കാഴ്ചയിൽ കാണുന്ന ശോഭയെ കുറിക്കുന്നത് ദൃശ്യകാന്തിമാനം. നക്ഷത്രത്തിന്റെ യഥാർത്ഥ ശോഭ ഗണിച്ചെടുത്ത് സൂചിപ്പിക്കുന്നത് കേവലകാന്തിമാനം.

വാനനിരീക്ഷകരെ സംബന്ധിച്ച് പ്രധാനപ്പെട്ടത് ദൃശ്യകാന്തിമാനമാണ്. പണ്ടുകാലത്തെ ഗ്രീക്കു ശാസ്ത്രജ്ഞർ ആണ് ഇത് ആദ്യമായി നിർവ്വചിച്ചത്. അവർ രാത്രി ആകാശത്തിൽ ഏറ്റവും തിളക്കത്തോടെ കാണുന്ന ഏതാണ്ട് ഇരുപത് നക്ഷത്രങ്ങളെ ഒന്നാം സ്ഥാനക്കാരാക്കി, അവയ്ക്ക് ദൃശ്യകാന്തിമാനം 1 എന്ന് കൽപ്പിച്ചു കൊടുത്തു. ശോഭ കുറയുന്നതിനനുസരിച്ച് 1, 2, 3, 4 എന്നിങ്ങനെ കാന്തിമാനം നൽകി. നഗ്നനേത്രങ്ങൾ കൊണ്ട് കഷ്ടിച്ചു കാണാവുന്ന നക്ഷത്രങ്ങൾക്ക് 6 എന്ന കാന്തിമാനം ആണ് നൽകിയത്. കാഴ്ചയിൽനിന്ന് ഊഹിച്ചെടുത്താണ് ഈ നമ്പരുകൾ നൽകിയത്.

പിന്നീട് നോർമൻ പോഗ്സൺ എന്ന ജ്യോതിശാസ്ത്രജ്ഞൻ ഇതിനു ഗണിതശാസ്ത്രപരമായ അടിത്തറ നൽകി. ഇദ്ദേഹം

കുറേക്കാലം മദ്രാസ് ഒബ്സർവേറ്ററിയിലെ പ്രധാന നിരീക്ഷകൻ ആയിരുന്നു. പോഗ്സൺ നൽകിയ നിർവചനം അനുസരിച്ച് കാന്തിമാനം 1 ആയിട്ടുള്ള നക്ഷത്രങ്ങൾക്ക് കാന്തിമാനം 6 ആയിട്ടുള്ളവയേക്കാൾ 100 ഇരട്ടി ശോഭയുണ്ടാകും. കാന്തിമാന സംഖ്യ ഒന്നു കുറയുമ്പോൾ ശോഭ 2.512 (നൂറിന്റെ അഞ്ചാം വർഗമൂലം) ഇരട്ടി കൂടും. കാന്തിമാനം പൂർണ സംഖ്യയാകണമെന്നും നിർബന്ധമില്ല. കാന്തിമാനത്തിന്റെ സംഖ്യകുറ യുന്നതനുസരിച്ച് ശോഭ കൂടുകയാണെന്നത് പ്രത്യേകം ശ്രദ്ധിക്കുക.

ഒരു നക്ഷത്രത്തിന്റെ യഥാർത്ഥ ശോഭ കണക്കാക്കി കൽപ്പിച്ചു കൊടുക്കുന്ന കാന്തിമാനമാണ് കേവല കാന്തിമാനം (absolute magnitude). ശോഭയിൽ ദൂരം കൊണ്ടുണ്ടാകുന്ന കുറവു കണക്കാക്കിവേണം ഇത് ഗണിച്ചെടുക്കാൻ. ഒരു നക്ഷത്രത്തെ അതിന്റെ യഥാർത്ഥ സ്ഥാനത്തു നിന്നു മാറ്റി 10 പാർസെക് (32.6 പ്രകാശവർഷം) അകലെ സ്ഥാപിച്ചെന്നു കണക്കാക്കിയാൽ കിട്ടുന്ന ദൃശ്യകാന്തിമാനത്തെ കേവല കാന്തിമാനമെന്നു പറയുന്നു.

ക്വാർക്ക് (quark)

പ്രോട്ടോൺ, ന്യൂട്രോൺ തുടങ്ങിയ കണങ്ങളുടെ ഘടകമായ അടിസ്ഥാനകണങ്ങളാണ് ക്വാർക്കുകൾ (quarks). മൂന്നുവീതം ക്വാർക്കുകൾ ചേർന്നാണ് പ്രോട്ടോണും ന്യൂട്രോണും നിർമ്മിക്കപ്പെട്ടിട്ടുള്ളത്. ക്വാർക്കുകളെ സ്വതന്ത്രാവസ്ഥയിൽ കണ്ടെത്താൻ കഴിഞ്ഞിട്ടില്ല. അവ തമ്മിലുള്ള ബലത്തിന്റെ പ്രത്യേകതയാണ് അതിനുകാരണം. ആകെ 6 ഇനം ക്വാർക്കുകൾ ഉണ്ട്. u, (up), c (charm), t (top), d (down), s (strange), b (bottom) എന്നിവയാണവ. ഇവയിൽ ചിലതിനെ അടുത്ത കാലത്തു മാത്രമാണ് കണ്ടുപിടിച്ചിട്ടുള്ളത്. ഈ ക്വാർക്കുകൾക്കോരോന്നിനും പ്രതികണങ്ങളുണ്ട്. ക്വാർക്കുകളെന്ന ആശയം ആദ്യമായി അവതരിപ്പിച്ചപ്പോൾ അത് പലരും ഗൗരവമായി എടുത്തില്ലെങ്കിലും ഇന്ന് അതിന്റെ അസ്തിത്വത്തെ സംബന്ധിച്ച് തർക്കങ്ങളില്ല.

ഗാലക്സി (galaxy)

പ്രപഞ്ചത്തിൽ നക്ഷത്രങ്ങൾ സ്ഥിതി ചെയ്യുന്നത് ഒറ്റപ്പെട്ട രീതിയിലല്ല. മറിച്ച് ഗുരുത്വാകർഷണത്താൽ പരസ്പരബന്ധിതമായ വൻ കൂട്ടങ്ങളായാണ് നക്ഷത്രങ്ങൾ കാണപ്പെടുന്നത്. ഇവയെ ഗാലക്സികൾ എന്നു പറയുന്നു. വലിപ്പത്തിന്റെ കാര്യത്തിലും ആകൃതിയുടെ കാര്യത്തിലും ഇവയ്ക്കിടയിൽ നല്ല അന്തരമുണ്ട്. ഒരു ഗാലക്സിയിലെ നക്ഷത്രങ്ങളുടെ എണ്ണം ലക്ഷങ്ങൾ മുതൽ സഹസ്രകോടികൾ വരെയാകാം. ഗോളാകൃതി, ദീർഘഗോളാകൃതി, സർപ്പിളാകൃതി തുടങ്ങി വിവിധ ആകൃതികളിലും, കൃത്യമായ ആകൃതി ഇല്ലാതെയും ഗാലക്സികൾ കാണപ്പെടുന്നു. നമ്മൾ ആകാശത്ത് കണ്ണു കൊണ്ടു കാണുന്ന നക്ഷത്രങ്ങളെല്ലാം ആകാശഗംഗ (Milky Way) എന്നറിയപ്പെടുന്ന നമ്മുടെ ഗാലക്സിയുടെ ഭാഗമാണ്. നമ്മളെ സംബന്ധിച്ചിടത്തോളം നഗ്നനേത്ര

ങ്ങൾകൊണ്ട് കഷ്ടിച്ചുകാണാവുന്ന ഗാലക്സിയായ ആൻഡ്രോമേഡ (M31 എന്നും ഇതിനു പേരുണ്ട്) 29 ലക്ഷം പ്രകാശവർഷം അകലെയാണ്.

ചന്ദ്രശേഖർ സീമ (Chandrasekhar limit)

വെള്ളക്കുള്ളന്മാർ (white dwarfs), ശ്വേതവാമനന്മാർ എന്നൊക്കെ അറിയപ്പെടുന്ന ജ്യോതിർഗോളങ്ങളുടെ ദ്രവ്യമാനത്തിന് ഒരു ഉയർന്ന പരിധിയുണ്ട്. ഇതാണ് ചന്ദ്രശേഖർ സീമ (Chandrasekhar limit). താരതമ്യേന ദ്രവ്യമാനം കുറഞ്ഞ നക്ഷത്രങ്ങൾ ന്യൂക്ലിയർ സംലയനം വഴി ഊർജ്ജമുൽപ്പാദിപ്പിച്ചുകൊണ്ട് ശതകോടിക്കണക്കിനു വർഷങ്ങൾ ചെലവഴിച്ചതിനുശേഷം ഊർജ്ജോൽപ്പാദനം അവസാനിക്കുമ്പോൾ ചുരുങ്ങി വളരെ സാന്ദ്രമായ ഒരു അവസ്ഥയിൽ എത്തിച്ചേരും. അപ്പോൾ അവയെ ശ്വേതവാമനൻമാർ എന്നു വിളിക്കുന്നു. നമ്മുടെ ഗാലക്സിയിൽ ഇത്തരത്തിലുള്ള ശ്വേതവാമനന്മാർ നിരവധിയുണ്ട്. ഇവയുടെ ദ്രവ്യമാനത്തിന് ഒരു ഉയർന്ന പരിധി ഉണ്ടെന്ന് 1930-കളിൽ ഇന്ത്യക്കാരനായ സുബ്രഹ്മണ്യം ചന്ദ്രശേഖർ കണ്ടെത്തി. സൂര്യന്റെ ദ്രവ്യമാനത്തിന്റെ 1.4 ഇരട്ടിയാണ് ഈ പരിധി. ഇതുമായി ബന്ധപ്പെട്ട ഗവേഷണത്തിന്റെ പേരിൽ ചന്ദ്രശേഖറിന് 1983-ലെ ഫിസിക്സ് നോബൽ പുരസ്കാരം ലഭിച്ചു. 1930-ൽ നോബൽ പുരസ്കാരം നേടിയ സി വി രാമന്റെ സഹോദരപുത്രനായ ചന്ദ്രശേഖർ 1910-ലാണ് ജനിച്ചത്. മദ്രാസിലും ഇംഗ്ലണ്ടിലെ കേംബ്രിഡ്ജിലുമായി പഠനം പൂർത്തിയാക്കിയ അദ്ദേഹം കൂടുതൽ കാലവും അമേരിക്കയിലാണ് ചെലവഴിച്ചത്. നാസയുടെ പ്രസിദ്ധമായ എക്സ്-റേ ദൂരദർശിനിക്ക് ചന്ദ്രശേഖറിന്റെ ഓർമ്മയ്ക്കായി ചന്ദ്ര ടെലിസ്കോപ്പ് എന്നാണ് പേരു നൽകിയിരിക്കുന്നത്.

ചുവപ്പുനീക്കം (redshift)

ഒരു സ്രോതസ്സിൽനിന്നും അകന്നുപൊയ്ക്കൊണ്ടിരിക്കുന്ന ഒരു നിരീക്ഷകനെ സംബന്ധിച്ചിടത്തോളം സ്രോതസ്സ് പുറത്തുവിടുന്ന വിദ്യുത്കാന്തികതരംഗത്തിന്റെ തരംഗദൈർഘ്യം കൂടിവരുന്നതായി അനുഭവപ്പെടും. ദൃശ്യപ്രകാശത്തിന്റെ കാര്യത്തിൽ തരംഗദൈർഘ്യം കൂടുക എന്നാൽ ചുവപ്പിനോടടുക്കുക എന്നാണർത്ഥം. അതിനാൽ ഇതിന് പൊതുവെ ചുവപ്പുനീക്കം എന്നു പറയുന്നു. അകലെയുള്ള ഗാലക്സികളിൽ നിന്നു വരുന്ന പ്രകാശത്തിന്റെ ചുവപ്പുനീക്കമാണ് വികസിക്കുന്ന പ്രപഞ്ചം എന്ന കണ്ടെത്തലിനു പിന്നിലുള്ളത്. സ്രോതസ്സും നിരീക്ഷകനും അകലുന്നതിനു പകരം അടുക്കുകയാണെങ്കിൽ ഉണ്ടാകുന്ന പ്രഭാവത്തെ നീല നീക്കം (blue shift) എന്നു പറയുന്നു. പ്രകാശമുൾപ്പെടെയുള്ള വിദ്യുത്കാന്തികതരംഗങ്ങൾക്കു പുറമേ ശബ്ദതരംഗങ്ങൾക്കും തരംഗദൈർഘ്യത്തിന്റെ കാര്യത്തിൽ സമാനമായ മാറ്റം വരാം. ഇതിനെയെല്ലാം ചേർത്ത് ഡോപ്ലർ പ്രഭാവം എന്നു പറയുന്നു.

തമോഗർത്തം (black hole)

തമോദ്വാരം, തമോരന്ധ്രം, ശ്യാമസുഷിരം, കറുത്ത തുള എന്നി

ങ്ങനെ വിവിധ പേരുകൾ ഇതിനുണ്ട്. തമോഗർത്തങ്ങളെ നേരിട്ടു നിരീക്ഷിക്കാൻ കഴിയില്ല. എന്നാൽ ഇവയുടെ സാന്നിധ്യം പരോക്ഷമായി കണ്ടെത്താൻ നിരീക്ഷകർക്കായിട്ടുണ്ട്. ഇവ ഒന്നിലധികം തരത്തിലാവാം. ദ്രവ്യമാനമേറിയ നക്ഷത്രങ്ങളിൽ ചിലതിന്റെ പരിണാമദശകളിലെ അവസാന അവതാരമാണ് ഒരിനം തമോദ്വാരങ്ങൾ. ന്യൂക്ലിയർ സംലയനം വഴിയുള്ള ഊർജ്ജ ഉൽപ്പാദനമെല്ലാം അവസാനിച്ചതിനു ശേഷം ഗുരുത്വാകർഷണത്തിനെതിരെ പിടിച്ചുനിൽക്കാൻ കഴിയാതെ വൻ നക്ഷത്രങ്ങൾ തകർന്നു പോകുമ്പോഴാണ് ഇത്തരം തമോദ്വാരങ്ങൾ ഉണ്ടാകുക. അതിന്റെ ഭീമമായ ഗുരുത്വാകർഷണശക്തിമൂലം പ്രകാശത്തിനുപോലും തമോദ്വാരത്തിൽ നിന്നു പുറത്തുവരാൻ കഴിയില്ല. ഈ ഗുരുത്വാകർഷണം വസ്തുക്കളെ തമോദ്വാരത്തിലേക്ക് വലിച്ചുകൊണ്ടിരിക്കും. ഇങ്ങനെ തമോദ്വാരങ്ങളിലേക്കു ചെന്നു പതിക്കുന്ന വസ്തുക്കൾ വീഴ്ചയ്ക്കിടയിൽ ധാരാളം ഊർജ്ജം പുറത്തുവിടും. ഇത് കണ്ടെത്തിയിട്ടുണ്ട്. ഇത്തരം നക്ഷത്ര തമോദ്വാരങ്ങൾ കൂടാതെ ദ്രവ്യമാനം കുറഞ്ഞ തമോദ്വാരങ്ങളും പ്രപഞ്ചത്തിന്റെ സൃഷ്ടികാലത്ത് ഉണ്ടായിക്കാണാമെന്ന് ആപേക്ഷികതാസിദ്ധാന്തം പറയുന്നുവെങ്കിലും നമുക്ക് ഇക്കാര്യത്തിൽ തെളിവുകൾ കിട്ടിയിട്ടില്ല.

നക്ഷത്രരാശികൾ (constellations)

ഭൂമിയിൽനിന്നു കാണുന്ന ആകാശഗോളത്തെ വാനനിരീക്ഷകർ സൗകര്യത്തിനായി കുറേ ഖണ്ഡങ്ങളാക്കി തിരിച്ചിട്ടുണ്ട്. ഭൂമിയിലെ ഭൂഖണ്ഡങ്ങൾപോലെ ആകാശത്തെയും ആകെ 88 ചെറു പ്രദേശങ്ങളാക്കി തിരിച്ചിരിക്കുന്നു. ഇവയാണ് നക്ഷത്രരാശികൾ. ആകാശഖണ്ഡങ്ങളിൽ കാണപ്പെടുന്ന നക്ഷത്രങ്ങളുടെ കിടപ്പനുസരിച്ച് ചില രൂപങ്ങളൊക്കെ സങ്കൽപ്പിച്ചാണ് നക്ഷത്രരാശികൾക്ക് പണ്ടുകാലത്ത് വിവിധ പേരുകൾ നൽകിയിരുന്നത്. ഇവയിൽ ചിങ്ങം (Leo), കന്നി (Virgo) തുടങ്ങി കർക്കിടകം (Cancer) വരെയുള്ള 12 രാശികൾക്ക് ഒരു പ്രത്യേകതയുണ്ട്. ഭൂമിയിൽനിന്നു നോക്കുമ്പോൾ വിവിധ ഗ്രഹങ്ങളും സൂര്യനും ചന്ദ്രനുമൊക്കെ ഈ രാശികളിലൂടെ കടന്നുപോകുന്നതായി കാണപ്പെടുന്നു. ഈ രാശികളിലൂടെ സൂര്യബിംബം കടന്നുപോകുന്ന സമയം നോക്കിയാണ് മലയാള മാസങ്ങളുടെ തുടക്കവും ഒടുക്കവും [illegible]ത്തിലെ പ്രത്യേക മേഖലകളെ തിരിച്ചറിയാൻ രാശികളുടെ പേരുകൾ സഹായിക്കും. ഉദാഹരണത്തിന് ആൻഡ്രോമേഡ രാശിയിൽ കാണപ്പെടുന്ന പ്രധാന ഗാലക്സിയെ ആൻഡ്രോമേഡ ഗാലക്സി എന്നുവിളിക്കുന്നു.

പാർസെക് (parsec)

ജ്യോതിശ്ശാസ്ത്രജ്ഞന്മാർ ദൂരമളക്കാൻ ഉപയോഗിക്കുന്ന ഒരു ഏകകമാണിത്. 1 പാർസെക് = 3.26 പ്രകാശവർഷം. ഒരു പാർസെക് ദൂരത്തിൽനിന്നു നോക്കിയാൽ സൂര്യനും ഭൂമിയും തമ്മിലുള്ള അകലം കോണളവിൽ ഒരു സെക്കൻഡ് ആണെന്നു കണക്കാക്കിയാണ് പാർസെക് നിർവചിച്ചിരിക്കുന്നത്. ഒരു ഡിഗ്രിയുടെ 3600-ൽ ഒന്നാണ്

സെക്കൻഡ് എന്ന കോണളവ്. ആയിരം പാർസെക് ഒരു കിലോപാർസെക്. ആയിരം കിലോപാർസെക് ഒരു മെഗാപാർസെക്. ഗാലക്സിയുടെ വലിപ്പം സൂചിപ്പിക്കാൻ കിലോപാർസെക്കും ഗാലക്സികൾ തമ്മിലുള്ള അകലം സൂചിപ്പിക്കാൻ മെഗാപാർസെക്കും ഉപയോഗിക്കുന്നു.

പ്രകാശവർഷം (light year)

പേരിൽ 'വർഷം' എന്നുണ്ടെങ്കിലും ഇത് ദൂരത്തിന്റെ ഒരു യൂണിറ്റാണ്. പ്രകാശം ശൂന്യതയിലൂടെ ഒരു വർഷം സഞ്ചരിക്കുന്ന ദൂരമാണ് ഒരു പ്രകാശവർഷം. പ്രകാശം ഒരു സെക്കന്റിൽ 3 ലക്ഷം കിലോമീറ്റർ സഞ്ചരിക്കും. അങ്ങനെയെങ്കിൽ ഒരു വർഷംകൊണ്ട് ഏതാണ്ട് പത്തുലക്ഷം കോടി കിലോമീറ്റർ വരും. പക്ഷേ ജ്യോതിശ്ശാസ്ത്രജ്ഞർക്ക് ഇത് വലിയ ദൂരമൊന്നുമല്ല. സൂര്യൻ കഴിഞ്ഞാൽ ഭൂമിയോട് ഏറ്റവും അടുത്തുള്ള നക്ഷത്രമായ പ്രോക്സിമസെന്റോറി 4 പ്രകാശവർഷം അകലെയാണ്. സൂര്യനിൽനിന്ന് ഗാലക്സിയുടെ കേന്ദ്രത്തിലേക്കുള്ള ദൂരം 30,000 പ്രകാശവർഷം വരും.

മഹാവിസ്ഫോടനം (big bang)

വളരെ ഉയർന്ന സാന്ദ്രതയിൽനിന്നും താപനിലയിൽ നിന്നും പ്രപഞ്ചം ആരംഭിച്ചത് ഒരു വൻസ്ഫോടനത്തിലൂടെയാണെന്ന് ശാസ്ത്രജ്ഞർ കരുതുന്നു. ഇതാണ് മഹാവിസ്ഫോടനം (big bang). പരസ്പരം അകന്നുപൊയ്ക്കൊണ്ടിരിക്കുന്ന ഗാലക്സികൾ ആ സ്ഫോടനത്തിന്റെ തുടർച്ചയെ സൂചിപ്പിക്കുന്നു.

ഒരു സ്ഫോടകവസ്തു പൊട്ടിത്തെറിക്കുന്നതുപോലെ ഒരു ചെറിയ സ്ഥലത്തുനിന്ന് ആരംഭിച്ച് സ്പേസിൽ നിറയുകയല്ല പ്രപഞ്ചത്തിന്റെ കാര്യത്തിൽ സംഭവിക്കുന്നത്. തുടക്കത്തിൽ അന്നത്തെ പ്രപഞ്ചത്തിന്റെ എല്ലായിടത്തുമായാണ് അതു സംഭവിക്കുന്നത്. ഗാലക്സികൾ അകന്നുപൊയ്ക്കൊണ്ടിരിക്കുന്നതിനൊപ്പം സ്പേസും വികസിക്കുകയാണ്. പ്രപഞ്ചം അനന്തമാണ്. മുൻപും അത് അങ്ങനെതന്നെയായിരുന്നു. പ്രപഞ്ചത്തിലെ പ്രധാന ഘടകങ്ങളായ ഗാലക്സികൾ, അല്ലെങ്കിൽ അവയുടെ കൂട്ടങ്ങൾ പരസ്പരം അകലുന്നതിനാലാണ് പ്രപഞ്ചം വികസിച്ചുകൊണ്ടിരിക്കുന്നുവെന്ന് നാം പറയുന്നത്.

വിദ്യുത്കാന്തിക തരംഗങ്ങൾ (electromagnetic waves)

പ്രകാശം വൈദ്യുതക്ഷേത്രത്തിന്റെയും കാന്തികക്ഷേത്രത്തിന്റെയും തരംഗമാണെന്ന് ജെയിംസ്ക്ലർക് മാക്സ്വെൽ 19–ാം നൂറ്റാണ്ടിൽ കണ്ടുപിടിച്ചിരുന്നു. ഗാമാ റേ, എക്സ് റേ, അൾട്രാവയലറ്റ്, ഇൻഫ്രാറെഡ്, മൈക്രോവേവ്, റേഡിയോ വേവ് – ഇവയെല്ലാം ഇത്തരത്തിലുള്ള വിദ്യുത്കാന്തിക തരംഗങ്ങൾ തന്നെ. തരംഗദൈർഘ്യത്തിലുള്ള വ്യത്യാസമാണ് ഇവയെ വേർതിരിക്കുന്നത്. ഇവയ്ക്കെല്ലാം പ്രകാശവേഗത തന്നെയാണുള്ളത്. വിദ്യുത്കാന്തികതരംഗങ്ങളെയെല്ലാം പരിഗണിച്ചാൽ അതിൽ മനുഷ്യന് കാണാൻ പറ്റുന്ന പ്രകാശം എന്നത് വളരെച്ചെറിയ ഒരു ഭാഗമേ വരൂ. എന്നാൽ പ്രത്യേക നിരീക്ഷണോപകരണങ്ങൾ വെച്ച്

പ്രപഞ്ചത്തിന്റെ വിവിധ ഇടങ്ങളിൽനിന്ന് വരുന്ന എല്ലാത്തരം വിദ്യുത് കാന്തിക തരംഗങ്ങളെക്കുറിച്ചു പഠിക്കുവാനും ഇന്ന് സംവിധാനമുണ്ട്. വിവിധ തരം വിദ്യുത്കാന്തികതരംഗങ്ങളുടെ പേരുകളും തരംഗദൈർഘ്യവും താഴെകൊടുക്കുന്നു.

റേഡിയോവേവ് - ഒരു സെന്റിമീറ്ററിനു മുകളിൽ
മൈക്രോവേവ് - ഒരു മില്ലിമീറ്റർ മുതൽ 30 സെന്റിമീറ്റർ വരെ
ഇൻഫ്രാറെഡ് - 700 നാനോമീറ്റർ മുതൽ 1 മില്ലിമീറ്റർ വരെ
ദൃശ്യപ്രകാശം - 400 നാനോമീറ്റർ മുതൽ 700 നാനോമീറ്റർ വരെ
അൾട്രാവയലറ്റ് - 10 നാനോമീറ്റർ മുതൽ 400 നാനോമീറ്റർ വരെ
എക്സ് റേ - 0.01 നാനോമീറ്റർ മുതൽ 10 നാനോമീറ്റർ വരെ
ഗാമാ റേ - 0.01 നാനോമീറ്ററിനു താഴെ

മില്ലിമീറ്റർ എന്നത് മീറ്ററിന്റെ ആയിരത്തിലൊന്നാണ്. നാനോമീറ്റർ ആകട്ടെ മീറ്ററിന്റെ നൂറുകോടിയിലൊന്നുമാത്രമാണ്. റേഡിയോവേവ്, മൈക്രോവേവ് എന്നിവയെ പരസ്പരം തിരിക്കുന്ന പരിധി കൃത്യമായി നിർവ്വചിക്കപ്പെട്ടിട്ടില്ല. ഉദാഹരണത്തിന് 10 സെന്റിമീറ്റർ തരംഗദൈർഘ്യമുള്ള തരംഗത്തെ മൈക്രോവേവ് എന്നോ റേഡിയോ വേവ് എന്നോ വിളിക്കാം. ഇതേ പ്രശ്നം മറ്റു തരംഗങ്ങളുടെ കാര്യത്തിലും ഉണ്ട്.

സൂപ്പർനോവ (supernova)

വൻ നക്ഷത്രങ്ങൾ അവയുടെ ജീവിതത്തിന്റെ നല്ല ഭാഗം കഴിഞ്ഞശേഷം ചിലപ്പോൾ പൊട്ടിത്തകർന്നു പോകാറുണ്ട്. ആ സമയത്ത് വളരെയധികം ഊർജ്ജം അത് ചുരുങ്ങിയ സമയംകൊണ്ട് പുറത്തുവിടും. ആ സന്ദർഭത്തിൽ അതിന്റെ പ്രഭ ഒരു സാധാരണ നക്ഷത്രത്തിന്റേതിനേക്കാൾ കോടിക്കണക്കിനു മടങ്ങ് അധികമായിരിക്കും. ചിലപ്പോൾ ഒരു ഗാലക്സിയിലെ മറ്റെല്ലാ നക്ഷത്രങ്ങളെയും നിഷ്പ്രഭമാക്കുന്ന ശോഭ സൂപ്പർനോവക്കുണ്ടായിരിക്കും. നഗ്നനേത്രങ്ങൾ കൊണ്ടു കാണാവുന്ന ഒരു സൂപ്പർനോവ ഏറ്റവും ഒടുവിലായി ദൃശ്യമായത് 1987-ലാണ്. പണ്ട്, എ ഡി 1054-ൽ കണ്ടതായി ചൈനക്കാരും കൊറിയക്കാരുമൊക്കെ രേഖപ്പെടുത്തിയിട്ടുള്ള ഒരു സൂപ്പർനോവ പകലും ദൃശ്യമായിരുന്നുവത്രേ! സൂപ്പർനോവയുടെസമയത്ത് ഉയർന്ന അണുസംഖ്യയുള്ള മൂലകങ്ങൾ സൃഷ്ടിക്കപ്പെടും. നക്ഷത്രകേന്ദ്രത്തിൽ അണുസംലയനം വഴി സൃഷ്ടിക്കപ്പെട്ട മൂലകങ്ങൾ ചുറ്റുപാടും വിതറപ്പെടുകയും ചെയ്യും. നമ്മുടെ ചുറ്റും കാണുന്ന മിക്ക മൂലകങ്ങളും പണ്ടെങ്ങോ നടന്ന ഏതോ ഒരു സൂപ്പർനോവയിൽ സൃഷ്ടിക്കപ്പെട്ടതായിരിക്കണമെന്നാണ് ശാസ്ത്രജ്ഞർ കരുതുന്നത്. സൂപ്പർനോവയോടെ ചില നക്ഷത്രങ്ങൾ അപ്രത്യക്ഷമാകും. ചിലപ്പോൾ ഒരു ന്യൂട്രോൺ നക്ഷത്രമോ തമോദ്വാരമോ സൃഷ്ടിക്കപ്പെടാനും സാധ്യതയുണ്ട്.

*

അധികവായനയ്ക്ക്

- *The First Three Minutes* - Steven Weinberg
- *Dreams of Final Theory : The Search of the Fundamental Laws of Nature* - Steven Weinberg
- *The Birth of Time* - John Gribbin
- *A Brief History of Time* - Stephen Hawking
- *പ്രപഞ്ചരേഖ* - ഡോ: എം പി പരമേശ്വരൻ
- *പ്രകൃതിയുടെ താക്കോൽ* - ഒരു സംഘം ലേഖകർ (കേരള ശാസ്ത്രസാഹിത്യ പരിഷത്ത്)